ഭൂമി

INSIGHT PUBLICA®

Nadakkavu, Kozhikode, Kerala, 673011
www.insightpublica.com
e-mail: insightpublica@gmail.com
Title: **Bhoomi**
Author: **Samudra Neelima**
First Edition: January 2024

Printed and Published by
InsightinPublica Printers & Publishers Pvt. Ltd.
ISBN 978-93-5517-987-6

ഭൂമി

സമുദ്ര നീലിമ

INSIGHT PUBLICA

1994-ൽ കോഴിക്കോട് ജനിച്ചു. ദേവഗിരി കോളേജ് (കോഴിക്കോട്), സ്കൂൾ ഓഫ് ലെറ്റേഴ്സ് (മഹാത്മാ ഗാന്ധി യൂണിവേഴ്സിറ്റി, കോട്ടയം) എന്നിവിടങ്ങളിൽ നിന്നും ഇംഗ്ലീഷ് സാഹിത്യത്തിൽ ബിരുദവും ബിരുദാനന്തരബിരുദവും. ഐ.ഐ.ടി. മദ്രാസിൽ നിന്നും ഗവേഷണബിരുദം. ആദ്യകവിതാസമാഹാരം "ഒറ്റയ്ക്കൊരു കടൽ" (മാതൃഭൂമി ബുക്സ്, 2014).

ഇമെയിൽ: neelimabb7@gmail.com

സമുദ്ര നീലിമ

2014 മുതൽ 2023 വരെ എഴുതിയ കവിതകളാണ് ഈ സമാഹാരത്തിൽ ഉൾപ്പെടുത്തിയിട്ടുള്ളത്. "ഭ്രമി" എന്റെ ഇരുപതുകളുടെ കവിതകൾ കൂടിയാണ്. വ്യക്തിപരമായി പറഞ്ഞാൽ ഞാൻ കുട്ടിക്കാലത്ത് ആഗ്രഹിച്ച നിറഞ്ഞ ജീവിതം എനിക്ക് ഇക്കാലത്ത് ജീവിക്കാനായി. അതിൽ ഞാൻ സന്തോഷിക്കുന്നു. ഈ കവിതകളിൽ നിന്നും വായനക്കാർ ചിലതൊക്കെ കണ്ടെത്തണം എന്നെനിക്കുണ്ട്. അവരെ ഞാൻ വിശ്വസിക്കുന്നു. കഴിഞ്ഞ പതിറ്റാണ്ടിൽ രാജ്യത്തെ ഫാഷിസ്റ്റ് പ്രത്യയശാസ്ത്രത്തിന്റെ ദൃശ്യതയും ക്രൂരതയും കുത്തനെ ഉയർന്നു. എങ്കിലും, ഭ്രമിയിൽ സന്തോഷത്തിലേക്കും സമാധാനത്തിലേക്കും പോവാനുള്ള മനുഷ്യരുടെ ശ്രമങ്ങൾ ഒരിക്കലും അവസാനിക്കുകയില്ല.

സമുദ്ര നീലിമ

ഉള്ളടക്കം

അതിജീവനം

മഞ്ഞുടുത്ത
തടാകത്തെയുരിഞ്ഞു
കാറ്റ് രക്ഷപ്പെട്ടുപോവുന്നു.

ശ്വാസം മുറിഞ്ഞ
തടാകം
കാറ്റിനെ മെരുക്കാൻ
എന്നെയയ്ക്കുന്നു.

കാറ്റോടടുക്കുമ്പോൾ
തണുപ്പ് തേനീച്ചകൾ
ഉടലിനെ കടഞ്ഞു
തേനെടുക്കുന്നു.

കാറ്റുമായി വരുന്നില്ല ഞാൻ,
വൈകുന്നു.

അടുത്തതായി തടാകം നിന്നെയയ്ക്കുന്നു.

പണിപ്പെട്ടു നീ പറിച്ചെടുത്ത
കാറ്റിൻ പാതിച്ചിറക്
മറന്നുവെക്കുന്നു
എന്നെ കണ്ടപാടെ
വിറയലോടെ.

മഞ്ഞുടുത്ത തടാകത്തിൽ
നമ്മൾ ആഴ്ന്നുപോവുന്നു.

മഞ്ഞുടുത്ത തടാകം
ചാരനിറത്തിൽ
ആഴം.

നമ്മളെ രക്ഷപ്പെട്ടുപോവുന്ന

ഭ്രമി

കാറ്റേ എന്നെയും കൊണ്ടുപോവൂ.
എന്നെയും ഇവനെയും
അവനെയും അവളെയും
എന്നെയും എന്നെയും.

രഹസ്യം,
കാറ്റേ എന്നെ മാത്രം.

തടാകം
തണുത്ത ജലപാളികളിൽ നിന്ന്
ബ്ലേയ്ഡുകൾ നിർമിക്കുന്ന
ഒരു ഫാക്ടറിയാവുന്നു.
മൂർച്ച കൂടുന്നു.
തണുപ്പ് സഹിയാഞ്ഞ്
വേനൽക്കാലസ്വപ്നത്തിലേക്കുറങ്ങിപ്പോയ
തൊഴിലാളികളെ
മറികടന്നു
ബ്ലേയ്ഡുകൾ
കലഹിച്ചു
ചോരചിന്തി
പരസ്പരം
ചൂട് തപ്പുന്നു.

കാറ്റേ എന്നെ വേഗം.

ദേഷ്യപ്പെട്ടു
മഞ്ഞു കുടഞ്ഞു
തടാകം
എന്നെ കാറ്റിനു
നഗ്നമാക്കുന്നു.

നമ്മളിൽ എന്നെ മാത്രം
കാറ്റ് പൊതിഞ്ഞെടുക്കുന്നു.
നമ്മളിൽ ശേഷിച്ചതിനെ
ബ്ലേയ്ഡുകൾ അമർന്നു ചുംബിക്കുന്നു.

ഭൂമി

പോകെ പോകെ
എന്റെയൊഴികെ,
നിന്റെ അവന്റെ
അവളുടെ ഇവന്റെ
ഇവളുടെ,
എന്റെയൊഴികെ
രക്തം ജലോപരിതലത്തിൽ അസ്തമയം.

ഞാൻ എന്ന രാഷ്ട്രത്തിന് സംഭവിക്കാവുന്നത്

പല ദിശകളിൽ
എന്നെ
വിഭജിക്കുമ്പോൾ-

ഞാൻ
ഞാൻ ഞാൻ
ഞാൻ ഞാൻ ഞാൻ

സൈനികം.

ഞാന്മാരുടെ
റിപബ്ലിക്ദിന പരേഡ്.

ഞാന്മാരുമായി നടക്കാനിറങ്ങുമ്പോൾ
ഒരു ഞാനിനെ ഞാൻ
എതിർദിശയിൽ
പറഞ്ഞു വിടുന്നു.
മറ്റൊരു ഞാനിനെ കടൽക്കരയിലോട്ട്.
വേറൊന്നിനെ ക്ലാസ്സ്മുറിയിൽ
ഉറപ്പിക്കുന്നു.
ഒരാളെ ചുമരെഴുത്ത് ഏൽപ്പിക്കുന്നു.
ഒന്നിനെ എതിരാളിയുടെ
വീട് പൊളിച്ചുമാറ്റാനയയ്ക്കുന്നു.

ചിലപ്പോൾ ഇവർ കണ്ടുമുട്ടുന്നു.

ഞാൻ അറിയാതെ അവർ
ചുമതലകൾ വെച്ചുമാറുന്നു.

അങ്ങനെ ചില ദിവസങ്ങളിൽ

ക്ലാസ്സ്മുറിയിൽ ഞാൻ ഉറപ്പിച്ച
ഞാനിനെ കടൽക്കരയിൽ കാണുന്നു.
പരീക്ഷയെഴുതാൻ വിട്ടത്
കവിതയെഴുതുന്ന നിലയിൽ
പിടിക്കപ്പെടുന്നു.
ചുമരുകൾ പൊളിച്ചുമാറ്റപ്പെടുന്നു.
എതിരാളിയുടെ വീട്
ചുമരെഴുത്തുകൾ കയ്യേറുന്നു.

ഞാൻ എന്ന മന്ത്രാലയത്തിലെ
വാർത്താവിനിമയസംവിധാനങ്ങൾ
താറുമാറിലാവുന്നു.

ഭരണം അട്ടിമറിക്കപ്പെടുന്നു.

ഞാൻ അധികാരഭ്രഷ്ടയാവുന്നു.

എല്ലാ ഞാന്മാരും കയ്യൊഴിഞ്ഞ
നിലയിൽ
ഞാൻ
നാളെ
ഒഴിഞ്ഞു കൊടുക്കേണ്ട
കൊട്ടാരത്തിൽ
അവസാനത്തെ
ഉറക്കം
ഉറങ്ങുന്നു.

വിശ്വസ്തയായ ഒരു
ഞാൻ മാത്രം
എനിക്കൊപ്പം
ഉറങ്ങുന്നു.

ഒരു ഫോൺകോളിലേക്ക് ഉണരുന്ന ഞാൻ
എനിക്കൊപ്പം ഉറങ്ങിയ
ഞാനിനെ

അഴിച്ചു വെക്കുന്നു.
ഫോണിന്റെ അങ്ങേയറ്റം
അഴിച്ചുവെച്ച
ഞാനിനെ ആവശ്യപ്പെടുന്നു.

അഴിച്ചുവെച്ചതിനെ തിരഞ്ഞ്
മുകൾനിലയിലെ
ഒരിക്കലും
തുറക്കാത്ത
ജനലിലൂടെ
എന്റെ കണ്ണുകൾ
താഴോട്ടു
സഞ്ചരിക്കുന്നു.

താഴെ
ഇളംവെയിലിൽ
ആംബുലൻസുകൾ
മേയുന്നു.

അതിനുള്ളിൽ
എന്റെ കണ്ണുകൾ
നേരത്തെ
ഞാൻ
അഴിച്ചുവെച്ച
ഞാനിനെ
കണ്ടെത്തുന്നു.

ഫോണിൽ സംസാരിക്കുന്ന
അതിന്റെ ഒച്ച
എന്റെ ചെവിയിൽ.
അതിന്റെ തോക്ക്
എന്റെ കണ്ണിൽ.

മുകളിൽ ഫോണിൽ ഞാൻ.
താഴെ ഫോണിൽ ഞാൻ.

ഭൂമി

താഴെ
നിന്നൊരു
വെടിയുണ്ട
ഒരിക്കലും തുറക്കാത്ത
ജനൽ തുറന്ന്
മരവിച്ച
എന്നെ
നാടുകടത്തുന്നു

നിറം

കറുത്ത വിത്തുകൾ
മുളച്ചു വരുമ്പോൾ
പച്ച ഇലകൾ
ചുവന്ന പൂവുകൾ.

ഞാൻ കറുത്ത വിത്തുകൾ നടുന്നു.
എന്നിട്ട്,
ഇല കറുത്ത
പൂക്കൾ കറുത്ത
ഒരു കറുകറുത്ത മരത്തെ ആഗ്രഹിക്കുന്നു.

എല്ലാ മരങ്ങളെയും
എന്റെ നിറത്തിൽ
വെട്ടിയൊതുക്കി
തെല്ലനേരത്തേക്ക്
രാത്രി
എന്നെ
പകലിലേക്ക്
പരിഹസിച്ചു വെളുപ്പിക്കുന്നു.
ഞാനാണ് നിന്റെ കറുത്ത മരമെന്നു
നിഴലുകൾ അഹങ്കരിച്ചു വിളിക്കുന്നു.

ഞാനാശിക്കുന്ന നിറമൊഴികെ
മറ്റു നിറങ്ങളിലെല്ലാം
പൂക്കൾ ഇലകൾ മരങ്ങൾ.

ഞാനാശിക്കുന്നതുകൊണ്ടൊന്നുമാത്രം
എന്റെ നിറത്തെയൊഴിച്ചുനിർത്തി
മറ്റു നിറങ്ങളിലെല്ലാം
പൂക്കൾ ഇലകൾ മരങ്ങൾ
എന്നെ ചതിച്ചുകൊണ്ടേ.

ഭ്രൂമി

എവിടെ തിരിഞ്ഞാലും
തീരെ കലാകാരനല്ലാത്ത
ആ കള്ളദൈവത്തിന്റെ
വൃത്തികെട്ട പച്ചമരങ്ങൾ.

എന്റെ മരം മുളയ്ക്കുന്നില്ല.
ഭ്രൂമി അതിനെ വരയ്ക്കുന്നില്ല.

എന്റെ കറുപ്പിനെ
വിത്തുകളിൽ നിന്ന്
മരങ്ങളിലേക്ക്
പരിഭാഷപ്പെടുത്താനാവാതെ
മടുത്തു ഞാൻ.

നാശം.

ഇനി ഞാൻ ആശിക്കുന്നില്ല.
മരവും നടുന്നില്ല.

എന്നാലുമെന്റെ കറുപ്പുമരം.

എന്തുകൊണ്ടങ്ങനെയൊരു മരമില്ല.

ഇഴഭയം

ഓഫീസിലേക്ക്
കുളിമുറിയിൽ നിന്ന്
കാൽവിരലിൽ
ചുറ്റിപോന്നു
അവളുടെ മുടിയിഴ.
വഴിയെ
വലിച്ചു
ദൂരെ കളഞ്ഞിട്ടും
നടന്നു പോവുന്നു
നീലിച്ച ഭയം
ഇഴഞ്ഞിഴഞ്ഞ്
കൊത്തുമോ കൊത്തുമോ
എന്ന് തലച്ചോറിലേക്ക്.
പിണഞ്ഞിരിപ്പുണ്ടെന്ന തോന്നൽ
ഫയലുകൾക്കുള്ളിൽ മകുടിയൂതുന്നു.

ഉച്ചഭക്ഷണം തുറന്നപ്പോൾ
വീണ്ടുമതെ.
ആത്മപുളഞ്ഞൊരുതിളക്കം.

ചോറിൽ
ഇഴ തീണ്ടിയതിനു
ക്ഷോഭിച്ച പൂർവികർ
എല്ലുകളിൽ നിശ്ശബ്ദം.

രുചികൾക്കിടയിൽ
പുതഞ്ഞൊളിഞ്ഞുതെളിഞ്ഞ്
ഒരിഴ വിശപ്പ്.

അവളുടെ മുടിയിഴ.
കൊത്തുമോ കൊത്തുമോ.

വിശ്രമം

പാളങ്ങൾക്കിടയിൽ
ആത്മഹത്യ ചെയ്തു കഴിഞ്ഞും
അമർന്നു കിടക്കുന്നൊരുടൽ
അടുത്ത വണ്ടിയ്ക്കു കാത്ത്
അതിന്റെ തന്നെ
ചോരയിൽ
മാംസത്തിൽ
കരച്ചിലിൽ
വീണ്ടും വീണ്ടും
മരിച്ചുറപ്പാക്കാൻ.

പല പല
വണ്ടികൾക്കടിയിൽ
തവണകൾ
മരിക്കുമ്പോൾ
സംശയം
പെരുകുന്നു-
മരിച്ചുവോ മരിച്ചുവോ
അരഞ്ഞ
ഉടൽക്കൂട്ട്
വണ്ടിച്ചക്രങ്ങൾക്കടിയിൽ
ഊരു ചുറ്റുന്നു.

തയ്യൽ

സൂചിയിൽ ഒരു
വിറയൽ
കോർക്കുന്നു
വൃദ്ധ.

തുന്നും തോറും
പഴകുന്ന
കാഴ്ച്ചയെ
പണ്ട് കണ്ട
പച്ചയാൽ
നീലയാൽ
ചെമപ്പാൽ
പഴപ്പാൽ
കഴുകുന്നു
വൃദ്ധ.

മരിച്ചോർ മരിച്ചോർ
അന്ധതയ്ക്കുള്ളിൽ
വളയങ്ങളായി
സന്ദർശിക്കുന്നു
വൃദ്ധയെ.

മരിച്ചോർ മരിച്ചോർ
പഴയ പഴയ കഥകൾ
പറയുന്നു
കട്ടിലരികുകളിൽ.

മരിച്ചോർ മരിച്ചോർ
പഴയ പഴയ പ്രേമങ്ങളിൽ
നെടുവീർപ്പിടുന്നു.

അവർ
മധുരം
ഒരുമിക്കുന്നു.

അർദ്ധരാത്രികളിൽ
മരിച്ചവർ
ശ്വസിക്കുമ്പോൾ
പൊട്ടിയൊലിച്ച
സെമിത്തേരികൾ
ചുഴലിയായി
പ്രിയപ്പെട്ടവരെ
വലയുന്നു.

ചുഴലി
വൃദ്ധയെ
കോർക്കുന്നു
സൂചിയിൽ.

വൃദ്ധയെ കോർത്ത
സൂചി
പ്രാചീനമായൊരു
വിറയൽ
തുന്നുന്നു.

തർക്കം

മുറുക്കം തെറ്റുമ്പോൾ
അലസം
മേയുന്ന
അകിടുകൾ
മലഞ്ചെരുവിൽ
നനയ്ക്കുന്നു
മണ്ണാകെ.

അകിടുകൾ
കൊയ്തെടുത്തോർ
തമ്മിൽ
വഴക്ക്
പാലിൻ
നിറത്തെ ചൊല്ലി.

പഴക്കുമ്പോൾ
എല്ലാ പാലും
ഒരു നിറം എന്നു
മുതിർന്നവർ
ഒത്തുതീർപ്പ്.

മുതിർന്നാൽ
ഒത്തുതീർപ്പിടാം-
കാലിച്ചെറുക്കൻ
മനസ്സിൽ
കുറിച്ചിട്ടു.

മുതിരട്ടെ
എല്ലാ
അകിടും
എന്റെയാക്കും ഞാൻ.

വര

ഷവറിൽ നിന്നൊരാൾക്കൂട്ടം
ഉടലിലേക്ക്
ഇരച്ചെത്തുന്നു.

ഈർന്നെടുക്കുന്നു
നാണത്തെ
ജലവാളുകളാൽ
ജലപോലീസുകാർ
അവർ അഞ്ഞൂറുപേർ.

ഉടൽചിത്രകാരി
ചുവപ്പാൽ
വരച്ച ചിത്രങ്ങൾ
നിലത്ത്
ഒലിച്ചു
പോവുന്നു
ജലപരാക്രമത്തിൽ.

ചുവന്നകവിതകൾ
ചുവന്നനഗ്നർ
ചുവന്നകാടുകൾ
ചുവന്നതെരുവുകൾ.

ചുമരെഴുത്തുകാർ മറന്നതത്രയും
നിലത്തെഴുത്തുകൾ.

ഒരൊറ്റ വർണ്ണത്തിൽ
ഭൂമി മൊത്തം.

കടപുഴകുന്നു
ചുവന്ന ലോകം
ജലപീരങ്കിക്കുതിപ്പിൽ.

ഭ്രൂമി

മുകളിൽനിന്നും
ലാത്തിച്ചിരിയാൽ
ജലപോലീസുകാരഞ്ഞൂറുപേർ
നിലത്തെഴുത്തുകൾ
മായ്ച്ച രസിക്കുന്നു.

ചുവന്ന
കൊടികൾ
പിഴുതുമാറ്റുന്നു
സൂക്ഷ്മം.

ജലപോലീസുകാർ
ആർത്തിയാർന്നഞ്ഞൂറുപേർ
ഒരുമിച്ച
കാമിക്കുന്നു
വധുവിനെ
ഉടൽചിത്രകാരിയെ.

വധു
ഷവർ
പൂട്ടി
വെളിയിലേക്കിറങ്ങുന്നു
ചുവപ്പുടൽചായവുമായ്.

പിറകിൽ
ഷവറിനുള്ളിൽ
പിടഞ്ഞു
ചാവുന്നു
അഞ്ഞൂറുപേർ
പോലീസുകാർ.

റിലേ

റിലേയിൽ പങ്കെടുക്കുന്നതിനിടയിൽ
മത്സരം പകുതിയ്ക്കവസാനിപ്പിച്ച്
ബാറ്റൺ കൈമാറാതെ
ചുറ്റുമുള്ള ബഹളം തഴഞ്ഞ്
സ്റ്റേഡിയത്തിനു പുറത്തേക്ക് ഓടി
വീട്ടിലെത്തിയ
എട്ടുവയസ്സുകാരിയോട്
വീട്ടുകാർ
മത്സരം കഴിഞ്ഞോ
മത്സരം കഴിഞ്ഞോ
എന്നു ചോദിച്ചപ്പോൾ
പെൺകുട്ടി പറഞ്ഞു

ഞാൻ ഇപ്പോഴും ഓടിക്കൊണ്ടിരിക്കുകയാണ്.

പിൽക്കാലത്ത്
മുതിർന്ന പെൺകുട്ടി
ഒരിക്കലും മത്സരം
പകുതിയ്ക്ക് നിർത്തി
ഓടി വീട്ടിലേക്ക് ചെല്ലാൻ
ധൈര്യപ്പെട്ടില്ല.

ഓരോതവണയും
മത്സരം മുഴുമിപ്പിച്ച്
ബാറ്റൺ ഇല്ലാതെ
അവൾ വീട്ടിലേക്ക്
നടന്നുചെന്നു.

വിമതം

ഇരുമ്പുപാളങ്ങൾ
ഞരമ്പുപാളങ്ങൾ
ഇരുവർ വിപ്ലവകാരികൾ
വണ്ടികൾക്കെതിരെ
സമാന്തരം
ഒരു ഗൂഢാലോചനയിൽ.

പലർ
പാഞ്ഞുപോയതിൻ
പിണക്കം
മുഖാമുഖം
വായിക്കുന്നു
ഇരുവർ വിപ്ലവകാരികൾ.

സമാന്തരചിന്തയുള്ള
രണ്ടു വിപ്ലവകാരികളാൽ
എപ്പോൾ വേണമെങ്കിലും
അട്ടിമറിക്കപ്പെടാവുന്ന
യാത്രകൾ
സ്റ്റേഷനുകൾ പിന്നിടുന്നു
നിഷ്കളങ്കം.

ഒരിക്കലും കൂട്ടിമുട്ടാത്ത
രണ്ടു ചിന്തകൾ
തുരങ്കങ്ങളിൽ
പുണർന്ന്
ഒരൊറ്റ സ്ഫോടനം
എന്ന് നിഗൂഢം
ചാവേർപോരാളികൾ
പദ്ധതിയിടുന്നു.

പുണർന്നുതുടങ്ങും മുന്നെ
തുരങ്കങ്ങൾ
ഇരുട്ടിനെ ഒറ്റി
വെളിച്ചപ്പെടുന്നു.

ഡ്രസ്സ് കോഡ്

ഉടുക്കുമ്പോൾ ഉടുക്കുമ്പോൾ
അഴിഞ്ഞഴിഞ്ഞു വരുന്ന ഭാഷയുടെ
ആളാണ് ഞാൻ.
ഒരു തുണിയും എത്താത്തവൾ.
വസ്ത്രവ്യാപാരീ,
എന്തെല്ലാം എന്തെല്ലാം
ഉടൽ മാതൃകകളിൽ പണിയുന്നു നീ
ഉടുപ്പുകൾ.
ഉടഞ്ഞ മാതൃകകളോട് നിന്റെ നൂലുകൾ
തോറ്റു പൊട്ടുന്നു.
ഞാനുടുക്കുമ്പോൾ ഏതളവും തെറ്റുന്നു.
ഏതു വൃത്തവും നുറുങ്ങുന്നു.
ഏതു വാക്കും
എളുപ്പം എളുപ്പം
ചവർപ്പിലേക്ക് പഴകുന്നു.

ശീലകൾ നിന്റെ ശീലങ്ങൾ മാത്രം.
ശരീരമാണ്
എന്റെ ശീലം.

ചോരയാൽ സമ്പന്നമാക്കപ്പെട്ട
ഈ നിലം
ആടകളെ കവിഞ്ഞും
തെഴുത്തുതുളുമ്പുന്നു.

ആടയേടുകൾ
ചീന്തിചീന്തി
മുലയിടിവുകൾ
ചോര ചതവ് ഭ്രാന്ത്
അയകൾ ആനകാലികങ്ങൾ
ജയിലുകൾ കാണുക.

ഉടുപ്പിക്കുകയെന്നാൽ
ഞാൻ നീ
വേറെ വേറെ വേഷങ്ങൾ,
വൃത്തത്തിനുള്ളിൽ,
കുളിച്ചൊരുക്കുന്ന
പൂരത്തിന്,
തീർന്നു കുട്ടിത്തം,
അകം അകലം.

തിരശ്ശീലകളല്ല,
എത്ര ചുണ്ടുകൾ കൂട്ടി തുന്നിയാലാണ്
ഉടലാകെ
ചുംബിക്കാനാവുകയെന്നതാണ്
വിസ്മയം.

അമ്മ

അമ്മയുടൽ നിറയെ മുലകൾ.
വസൂരിപോൽ ചിലതെന്നു മുതിർന്നവർ.
പച്ചമരുന്ന് വേപ്പില,
കരിഞ്ഞോളം-നാട്ടുകാർ.

അമ്മ മുലകളോരോന്നായി കുടിച്ചു നോക്കുന്നു.
മഷി ചുവയ്ക്കുന്നു.
പച്ചമരുന്ന് അലസുന്നു.

കുഞ്ഞ് അമ്മയുടെ മുല കുടിക്കുന്നു.
കുഞ്ഞിനു മധുരിക്കുന്നു.

കുഞ്ഞിനു മധുരം മാത്രം.

അമ്മ അലസുന്നു.
അമ്മ ഗർഭപാത്രത്തിൽ നെല്ലിമരം നടുന്നു.
ചന്ദ്രനിലേക്ക് വളരുന്ന ഒരു ചില്ല പ്രതീക്ഷിക്കുന്നു.

മുലകൊട്ടുക്കല്ലുകൾക്കിടയിൽ അമ്മ
ഗർഭപാത്രത്തിലേക്ക് ഗോവണിയിറങ്ങുകയും
പച്ച നെല്ലിക്കകൾ കനംകൊണ്ട ചില്ലകൾക്ക് കീഴെ
വിശ്രമിക്കുകയും
നെല്ലിയിലകൾ മണത്തുനോക്കുകയും ചെയ്യുന്നു.
ഭിത്തികളിൽ നഖത്താൽ
വേട്ടയുടെ ചിത്രം പോറുന്നു.
അഗ്നി കണ്ടെത്തുന്നു.

അമ്മ ഗർഭപാത്രത്തിൽ
കിടന്നുറങ്ങുന്നു.

കുഞ്ഞു കാണുമ്പോൾ
ഗർഭപാത്രം പച്ചനെല്ലിക്കകൾ

നിറച്ച ഒരു ഭരണി.
കുഞ്ഞിന് പച്ചനെല്ലിക്കകൾ വേണം.

കുഞ്ഞ് അമ്മയെ കരയുന്നു.

ഉണരുമ്പോൾ അമ്മ
കഴിക്കാത്ത നെല്ലിക്കയോർമ്മയ്ക്കുമേൽ
ചോര കുടിക്കുന്നു.

മധുരിക്കുന്നു.

അമ്മ
വാക്ക് ചുരത്തുന്നു.

ആയിരം മുലകളിൽ
ലാവ പൊട്ടുന്നു.

കുഞ്ഞ് ചെന്നിനായകം മണക്കുന്നു.

അപകടം

മരണവേഗം നമ്മൾ
ഓടിച്ചുപോയ
പിയാനോ
അപകടത്തിൽപ്പെട്ടു.

മതിമറന്ന്
ഈണത്തിനു
വശപ്പെട്ടാൽ
മരണം.

എന്നാലും
അധീനം നാം
ഒരേ ലോഹസ്വരത്താൽ
തമ്മിൽ.

ചുരങ്ങൾക്ക്
കീഴോട്ടു തകർന്ന
പിയാനോയ്ക്കടിയിൽ
മരിക്കുന്നു
നാം പരസ്പരം.

ചക്രങ്ങൾ
മുളയ്ക്കുന്നു
നമ്മിൽ.

അശ്രദ്ധം
ചുരങ്ങൾ
ചുറ്റിൽ ചാരന്മാർ.

നോക്കി നിൽക്കെ
കൂട്ട ആത്മഹത്യയിൽ
മുഴുകുന്നു
മണിക്കൂറുകൾ.

ഭൂമി

മരിക്കണം നമ്മൾ.

അപകടത്തിൽപ്പെട്ടാൽ
നാം ശരീരങ്ങൾ
മാത്രം.

പരിക്കിൻ ഭാഷ
കൊണ്ടറിയുന്നു
നമ്മൾ
ഉടലാൽ തമ്മിൽ.

എന്റെ നാവുകൾ
വായിച്ചുവായിച്ചടർത്തുന്നു
നിൻ പല്ലുകൾപിയാനോകട്ടകളെ.

നിന്റെ
മുടിയിഴകളിൽ
അവിടവിടങ്ങളിൽ
ചെമ്മരിയാടിൻ കൂട്ടം.

നിൻ
കേൾവികൾ
ചെവികളിൽ
കോടമഞ്ഞ്.

കാഴ്ചകൾ കറുപ്പ്.

പോസ്റ്റുമോർട്ടം
അധികമൊന്നും
പറയുന്നില്ല.

തകർന്ന പിയാനോ
മരിച്ച നമ്മൾ
ചുരങ്ങൾ.

ഉമിനീർ മാനിഫെസ്റ്റോ

സുരക്ഷ മട്ടിൽ കാവൽ
മുപ്പത്തിരണ്ട് വെളുത്ത ചെന്നായ്ക്കൾ.
വായ ഇവരുടെ തടാകമാണ്.
ഇവരുടെ കാവൽ
മുപ്പത്തിരണ്ട് ദിശകളിൽ മൂർച്ച വെളുപ്പിക്കുന്നു.

പാതാളപ്പെട്ട ജലാശയം.
പുളിമരങ്ങളെ കാണുമ്പോൾ
ജലനിരപ്പുയരുന്നു.

മുപ്പത്തിരണ്ട് ചെന്നായ്ക്കളെ കാണുന്നു.
ജലനിരപ്പ് താഴുന്നു.
ചോരയെപ്പോൽ കുതിച്ചുചാട്ടമോ
കൊമ്പുകോർക്കലോ ഇല്ലാതടങ്ങുന്നു.

തീന്മേശയിൽ പലപ്പോൾ
വെള്ളപ്പൊക്കം വിഭാവനം ചെയ്യുന്നു.
ഭക്ഷണമേള കടന്നുപോവുന്നു.
ആളുകൾ ചവയ്ക്കുന്നതിന്റെ ശബ്ദം
തിടുക്കത്തിൽ സമീപിക്കുന്ന
ഒരു യുദ്ധമുന്നണിയെ വരയ്ക്കുന്നു.
ഒന്നും സംഭവിക്കുന്നില്ല.
തടാകം വരണ്ടുപോവുന്നു.
ഭയന്നു തലതല്ലി ഒളിവിൽ
പ്രവേശിക്കുന്നു.
ചുണ്ടയിൽ അരുചി കൊത്തുന്നു.

വേണമെന്നുണ്ടെങ്കിൽ
ചോരയേക്കാൾ വിപ്ലവകാരിയാവാം.
നിറമില്ല.
പതാകയില്ല.
ഊറ്റപ്പെട്ടതിന്റെ ചരിത്രഭാരമില്ല.
സമ്മർദമോ ഗ്രൂപ്പോ ഇല്ല.

ഭൂമി

ഒരൊറ്റ നീട്ടി തുപ്പൽ മതി
കാഞ്ചിയേക്കാൾ ആവേഗം.
തെറിയെക്കാൾ മുരൾച്ച.

ചോരപ്പാട്ടുകളുടെ ചരിത്രത്തിൽ
ഉമിനീർപ്പാട്ടുകളില്ല.
വിശപ്പിന്റെയും അരുചിയുടെയും
കൊതിയുടെയും
ഭയത്തിന്റെയും
വരൾച്ചയുടെയും
വെള്ളപ്പൊക്കങ്ങളുടെയും
ചുംബനങ്ങളുടെയും
ജീൻ ഇവളിൽ നിന്നു പുറപ്പെടുന്നു.

ഞാൻ ഉമിനീരിന്റെ ഗോത്രത്തിൽപ്പെടുന്നു.

ഓർമ്മയ്ക്കൊരു കറ പോലും
സംഭാവന ചെയ്യാൻ കഴിയാതെ പോയവൾ.
തുപ്പൽ തൊട്ടു മറിച്ച താളുകളിൽ
നഗ്നരായ ഉമിനീർ കാൽപാദങ്ങൾ
അദൃശ്യരായി
നടന്നുപോവുന്നു.

ചിലയിടങ്ങളിൽ ചോരയേക്കാൾ വേഗത്തിൽ
സഞ്ചരിക്കും.
ചോര ചോരയെ തിരിച്ചറിയുന്നതിൻ മുന്നേ
ഉമിനീർ ഉമിനീരിനെ തിരിച്ചറിയും.
അപ്പോൾ അറുപത്തിനാല്
ചെന്നായ്ക്കളുടെ ജാഗ്രത അഴകി
ഉമിനീരിൽ കലരും.

(സമകാലിക മലയാളം)
2017 ഏപ്രിൽ 17

പ്രേമം

അവനെന്നോ അവളെന്നോ നോക്കാതെ
കല്ലെന്നോ കയറെന്നോ ഇല്ലാതെ
നരയെന്നോ ഇളപ്പമെന്നോ ചുരുക്കാതെ
കഴമരമെന്നോ ട്രാഫിക്സിഗ്നലുകളെന്നോ
ഗൗനിക്കാതെ പുല്ലുപുൽച്ചാടി പഴുതാര
ഇഴവള്ളികൾ ഇടിഞ്ഞകെട്ടിടങ്ങൾ
പൂപ്പൽപച്ചയെന്ന മട്ടിൽ
ഞാനുരുകുമ്പോൾ
നമ്മൾവ്യാജേന വ്യഭിചരിച്ച്
പതിനായിരം വർഷങ്ങൾക്കപ്പുറം
മറ്റൊരു കാലത്ത് നീയെന്ന്
സമനില തെറ്റി ഗണിച്ച്
തപാലിൽ ഇമെയിൽ നിൻ പേർക്കയയ്ക്കുന്നു.

നിനക്കയയ്ക്കുന്നതെല്ലാം
കാലത്ത് പോസ്റ്റ്മാൻ
എന്റെ മെയിൽ ബോക്സിൽ ഏൽപ്പിച്ചു പോവുന്ന,

ശവശരീരങ്ങൾ
ശീതീകരിച്ചവ
മീൻകൊത്തിയത്
കുരുങ്ങിയ കയറോർമ്മ കഴുത്തിൽ
നീലവിഷപടലങ്ങൾ മാറിടത്തിൽ
ഞരമ്പുപോറൽചില്ലുകൾ
പൊള്ളൽചിറകുകൾ
ആസിഡ്ശ്രമിച്ചശ്വാസനാളം.

തപാലിനും പിറകിലെ കാലത്തിലെ
ശാസനങ്ങൾ സൂക്ഷിച്ചുവായിച്ചാൽ
ശിൽപ്പി ഒളിച്ചുകൊത്തിയ
പ്രേമലേഖനങ്ങൾ
തെളിയുമെന്നുൾവിളിയിൽ
ജലാശയങ്ങളിറങ്ങി

ഭ്രമി

ഗുഹകൾ നൂണ്ട്
ഏറെ ആഴംകണ്ട്
കാടുകയറി
നിന്നനിൽപ്പിൽ
നിന്റെ പേരുള്ള ഒരു പക്ഷിയെ
അമ്പെയ്ത്ത് വീഴ്ത്തി
അതിൻ ചോരയുടുത്ത്
മഴയാൽമരക്കീഴിൽ തപസ്സ്.

ഇയർഫോൺവള്ളി
പടർന്ന ജടയിൽനിന്നും
അതിന്നൊരറ്റം
ഖനികളുഴുത്
നിന്റെ മിടിപ്പ തിരഞ്ഞ്
പാഞ്ഞുകൊണ്ടേയിരിക്കുന്നു.
കണ്ടെത്തപ്പെടാത്ത മിടിപ്പിൽ
എന്റെ രോഗം വൻവവ്വാലുകളായി
അമർന്ന് പറക്കുന്നു.
ഇരപിടിച്ചപ്പോൾ കിട്ടിയ ഹൃദയം
റേഡിയോ ആണെന്നു കരുതി
അതിന്റെ കരകരശബ്ദത്തിൽ മുഴുകി

നിന്നെ ധ്യാനിക്കുമ്പോൾ
മുടി പൊഴിയുന്നു
നര പൊട്ടുന്നു
ചിതലുകൾ പൊതിയുന്നു
തടി ആണികളൂരുന്നു
മറന്ന പാസ്സ്‌വേഡുകൾ ഓർമ്മ വെക്കുന്നു

അവൻ അവൾ കല്ല് കയർ നര ഇളപ്പം
കഴുമരം ട്രാഫിക് സിഗ്നലുകൾ
പുല്ലുപുൽച്ചാടി പഴുതാര ഇടിഞ്ഞകെട്ടിടങ്ങൾ ഒന്നാകെ
ലോകം ഇപ്പോഴവസാനിക്കുമെന്ന മട്ടിൽ
തുടകൾക്കിടയിലേക്ക്
ഇരമ്പി കയറുന്നു.

ഭൂമി

ലോകം മുഴുവൻ
ഒരുവളിലേക്ക് തിരക്കു കൂട്ടുന്നു.

ലോകം നിർമ്മിക്കപ്പെടാൻ പോവുന്നേയുള്ളൂ.

ഭാഷ ഇതുവരേക്കും വെളിപ്പെട്ടിരുന്നില്ല.

പനി

നിമിഷനേരത്തേക്ക്
ആളുകളിൽ വീടുകെട്ടുകയെന്ന
അതികാൽപ്പനികത എനിക്ക് വശമുണ്ട്.
അങ്ങനെ ഞാൻ
ഒളിച്ചു താമസിച്ച വീടുകളെല്ലാം
പട്ടു പോയിട്ടേയുള്ളൂ.
ഇപ്പോൾ താമസിച്ചു കൊണ്ടിരിക്കുന്ന
കിളിക്കൂട് അവന്റെ
തലയോട്ടി തന്നെ.
അത് പട്ടുപോവാൻ നേരമായി.
തിരക്കുപിടിച്ച്
ഞാൻ അതിന്റെ കമ്പും നാരും
ചുംബിച്ചു ചുംബിച്ചു വേർപെടുത്തുന്നു.
വൈകുന്നേരമഞ്ഞ
ഞങ്ങൾക്കിടയിൽ
ഒരു ഞൊടിയിട വിളറുന്നു.
സിഗററ്റ് പുക
പുറമേക്ക്
വള്ളിക്കുടിൽ എന്ന് തോന്നിക്കുന്ന വിധം
പിണഞ്ഞ ഒരു അവയവത്തിൽ
ഞങ്ങളെ നിക്ഷേപിക്കുന്നു.
അലാറം വെച്ചു ഞങ്ങൾ അതിൽ
ഉറങ്ങാൻ കിടക്കുന്നു.
അലാറം അടിച്ചില്ലെങ്കിലോ
എന്നോർത്തോർത്ത് ഉറങ്ങുന്നില്ല.
ഖനീഭവിച്ച പുകച്ചുരുൾക്കൂടാരം
ലോഹനാട്യത്തിൽ
ഉറങ്ങാൻ കിടക്കുന്നവരെ ഞെരുക്കുന്നു.
വൈകുന്നേരമഞ്ഞ സങ്കടമഞ്ഞാവുന്നു.

പ്രണയിച്ചവരൊക്കെ പനിപിടിച്ചു മരിച്ചുപോയി.
അവരുടെ പനി ചതഞ്ഞ ഒരു വിറയലായി
എന്നെ തിരഞ്ഞ് വരുന്നു.

ഭൂമി

അവർക്ക് ഡോക്ടർ കുറിച്ചു കൊടുത്ത മരുന്നുകളും
എന്നെ തിരഞ്ഞ് വരുന്നു.
തെർമോമീറ്റർ രേഖപ്പെടുത്തിയ അവരുടെ
താപം കുത്തനെ എന്റെ തൊലിയെ പൊള്ളിക്കുന്നു.
സ്റ്റെതസ്കോപ്പ്, കത്രികകൾ, കത്തികൾ,
തുടങ്ങിയവയും എന്നെ തിരഞ്ഞ് വരുന്നു
അതിൽ നീല നിറത്തിലുള്ള ഒരു ഗുളിക
ഞാൻ തിരഞ്ഞെടുക്കുന്നു.
അത് കഴിച്ച് കട്ടിൽ തിരഞ്ഞു പോവുന്നു.
രാത്രി മുഴുക്കെ
ചെങ്കണ്ണുള്ള കിളികളെ
സ്വപ്നം കണ്ടു കരയുന്നു.
അതിരാവിലെ
തിണർത്ത പാടുകളിൽ
കൂടുവെച്ച കിളികളെ
കൂട്ടത്തോടെ പറത്തിവിടുന്നു.
വസ്ത്രം ധരിച്ച് നടന്നു പോവുമ്പോൾ
അകപ്പെട്ടുപോയ ചില കിളികൾ
ക്ഷോഭിച്ചു കൊക്കു കൊരുക്കുന്നു.
കുടഞ്ഞാൽ ആളുകൾ എന്തു കരുതും
എന്ന വേവലാതിക്കാറ്റ്
ഉടുപ്പിനുള്ളിൽ
വട്ടം ചുറ്റുന്നു.

നോട്ടം വരുന്നുണ്ടോ
എന്നാളുന്നു പാളുന്നു.
കുതറി കുതറി
ഉടഞ്ഞ ഉടുപ്പിൽ
അഴിഞ്ഞ ജടയിൽ
എരിഞ്ഞ കണ്ണിൽ
വന്നു കയറുന്നവളെ
ആൾക്കൂട്ടം പകയോടെ
നോക്കുന്നു.

എനിക്കു വിപരീതം

ഭ്രമി

കൊളുത്തിട്ട ജനൽ
കതക്
കട്ടിൽ
മേശ
സ്വയമേ ഞെട്ടിത്തകർന്ന്
കാട്ടിൽ
പഴയ മരം തന്നെയാവുന്നു.
തടി തേടി ആരും എത്തിയിട്ടില്ല.

പനിച്ചൂളം
അസ്ഥിയിൽ അവിടവിടെ
ഒരിത്തിരി മഷി പറ്റിയ തരം
ഒരുത്തിയായി
തുണിയേതുമില്ലാതെ
കാഞ്ഞിരമിറങ്ങി വരുന്നു.
ശരീരത്തിൽ നിന്നും പതിനായിരം
എഴുത്താണികൾ വലിച്ചൂരി കൊണ്ടവൾ
തെറി വിളിക്കുന്നു.
ലാപ് ടോപ്പിൽ ആഞ്ഞുകൊത്തുന്നു.
മൈരുമൈരുമൈരു ലോകമെന്നു
ജപിച്ച് ലോകം ചുറ്റുന്നു.

പുഴുക്കൾ നമ്മൾ...

പുഴുക്കൾ നമ്മൾ
എന്ന് ആഡംബരമുള്ളൊരു
രാഷ്ട്രീയം
ഞങ്ങൾ കുറേപ്പേർ ചിന്തിക്കുന്നു.
അതൊരു കരച്ചിലെന്നു
അടുത്ത വീട്ടിലെ പെൺകുട്ടി
തിരിച്ചറിയുന്നു.
അവൾ
അവളുടെ ചോക്കുപൊടി പുരണ്ട
സ്കൂൾ യൂനിഫോമിൽ
എന്റെ ജനലിൽ വന്നു തട്ടുന്നു.

ഞങ്ങൾ ഉറങ്ങിയെന്നു കരുതി
അവൾ പോയ്ക്കോളുട്ടെ.

പുതപ്പിനുള്ളിൽ
ഞങ്ങൾ.

ഞങ്ങൾ ഉറങ്ങിയെന്നു കരുതി
അവൾ പോയ്ക്കോളുട്ടെ.

അവൾ ജനലിൽ ദയയില്ലാതെ
തട്ടുന്നു,
അവൾ കരയുന്നു,
നനഞ്ഞ പാവാട പിഴിഞ്ഞെടുക്കുന്നു,
അവളുടെ പിറന്നാളാവുന്നു,
അവൾ ഉയരം വെക്കുന്നു,
മരത്തിനപ്പുറം കുറച്ചുനേരം ഒളിച്ചിരിക്കുന്നു,
അടക്കി ചിരിക്കുന്നു,
കരഞ്ഞുകൊണ്ട്
വേരുകൾക്കു മീതെ
അതിനും മീതെ വീണുകിടക്കുന്ന

വെയിലിനു മീതെ
ഓടിപ്പോവുന്നു.
അവളിൽ
വല ഉപേക്ഷിച്ച
ഒരു ചിലന്തി സഞ്ചരിക്കുന്നു.

പുഴുക്കൾ നമ്മൾ എന്ന്
ആഡംബരമുള്ളൊരു രാഷ്ട്രീയം
അവൾക്കില്ലാത്തതിൽ
ഞങ്ങൾ ഒരുമിച്ച്
ഖേദിക്കുന്നു.

ജനലിൽ ശബ്ദം
ചിലന്തിവലയായി വികസിക്കുന്നു.

ഞാൻ വാതിൽ തുറക്കുന്നു.
അച്ഛൻ തിരിച്ചുപോവുന്നത്
കാണുന്നു.
അച്ഛന്റെ ഇരുവശങ്ങളിലേക്കു
പിറകോട്ടു പിന്നിയിട്ട
മുടി ഞാൻ കാണുന്നു.
അതിലെ അലങ്കാരങ്ങൾ
എന്റെ കണ്ണിനെ കൊത്തുന്നു.
ഞാൻ കത്രികയെടുത്ത്
ആദ്യം അച്ഛന്റെ പിന്നിയിട്ട മുടിയിലേക്കും
പിന്നീട് പഴയ ഫോട്ടോകളിലേക്കും ചെല്ലുന്നു.

നനഞ്ഞ

നിങ്ങളുടെ ക്ലാസ്സിൽ ഞാൻ നനഞ്ഞു.

ഞാൻ കുട്ടിക്കാലമോർത്തു.
പത്ത് വയസ്സ്.
പുളിമരങ്ങൾ.
ഞാൻ പൊടുന്നനെ തന്നെ തിരിച്ചു വന്നു.
ചില്ലയൊടിഞ്ഞു.
ഇരിപ്പിടം ഒലിച്ചുപോയി.
ജലബാധ.
ചത്ത കടൽകാക്കകളുടെ ചിറകുകൾ,
പ്ലാസ്റ്റിക് കുപ്പികൾ കുരുങ്ങിയ പായൽക്കൂട്ടം,
നരച്ച തലകൾ
ഉപരിതലത്തിൽ വന്നുപോയി.

കടലിൽ വളരുന്ന പുളിമരങ്ങൾ.

പത്തുവയസ്സ്.
ജനൽക്കാഴ്ച.
പുളിമരങ്ങൾ.

നിങ്ങൾ അടുത്തേക്ക് വന്നു.
പാഠം സംഗ്രഹിക്കാൻ പറഞ്ഞു.

കടലിൽ വളരുന്ന പുളിമരങ്ങൾ.

ഇലകളിൽ കാറ്റ്.
ഉറുമ്പുകൾ.
ഞാൻ ക്ലാസ്സ്മുറിയ്ക്ക് പുറത്തേക്കു നോക്കി.
എന്റെ നനവ് കനം വെച്ചു.
പൂപ്പലുകൾ പൊങ്ങി.

ക്ലാസ്സ്മുറി ഞാൻ ഓർക്കുന്നുണ്ടായിരുന്നു.
ക്ലാസ്സ്മുറിയുടെ മണം ഞാൻ ഓർക്കുന്നുണ്ടായിരുന്നു.
ഞാൻ സംഗ്രഹിക്കാൻ
ശ്രമിച്ചപ്പോഴൊക്കെ
എല്ലാത്തരം മുറികളിലും പുളിമരങ്ങൾ വളർന്നു.
വാഹനങ്ങൾക്കുള്ളിൽ പുളിമരങ്ങൾ വളർന്നു.
അതെ കാറ്റ്.
അതെ ഉറുമ്പുകൾ.
പുളി.

കടലിൽ വളരുന്ന പുളിമരങ്ങൾ.

നനഞ്ഞു കൊണ്ടുതന്നെ ഞാൻ ലോകം ചുറ്റി.
നനഞ്ഞു ഞാൻ ആളുകളെ കണ്ടുമുട്ടി.
ചുരുക്കം ചിലർ എന്നെ ക്ഷമയോടെ ശ്രദ്ധിച്ചു.
അവരെന്നെ ഉമ്മ വെച്ചു.
എന്റെ കവിതകൾ വായിച്ചു.
അവർ കോണ്ടം ധരിക്കാൻ തുടങ്ങി.
പ്രഭാതവെളിച്ചത്തിന്റെ മണത്തിനൊപ്പം
അവർ അപ്രത്യക്ഷരായി.
ചിലർ തിരിച്ചു വന്നു.
അവരെ ഉണങ്ങിയ ഓറഞ്ച് തൊലി മണത്തു.
ചിലർ തിരിച്ചു വന്നില്ല.
അവരെ നട്ടെല്ലിലെ കശേരുക്കൾക്കിടയിൽ
പുസ്തകങ്ങൾ കണക്കെ
ഭദ്രമായി അടുക്കി വെച്ചു.
അവർ കനത്ത്
എന്റെ മുതുക് വളഞ്ഞു.
ആളുകൾ എന്റെ നട്ടെല്ലിനുള്ളിൽ കലഹിച്ചു.
അവർക്കെതിരെ
പത്തുവയസ്സുകാരി
മൊട്ടുസൂചി കാലുകളൂന്നിയൂന്നി
നനവിലേക്ക് കയറിപ്പോയി.

ഞാൻ നനഞ്ഞു തുടർന്നു.
നനവ് ഒരിക്കലും വിട്ടുമാറിയില്ല.
വിശപ്പ് നിലവിട്ടു.
ഈർപ്പം നിലനിന്നു.

ഇളക്കിയെടുത്ത ബസ്സ് സീറ്റുകൾ
തണുപ്പുകാലത്തെ
പൊടിയമർന്ന കിടപ്പുമുറി
പഴയ നോട്ടുബുക്കുകൾ
സിനിമാടിക്കറ്റുകൾ
രാത്രി രണ്ടുമണി
നിയോൺ മഞ്ഞ
നടുവിരലുകൾ
എന്നെ എന്നെതന്നെയെന്ന്
എന്നാൽ എന്നെയല്ലയെന്നെയല്ലെന്ന്
ഞാൻ തിന്നു കൊണ്ടേയിരുന്നു.
എല്ലാത്തിലും ഭ്രമി പുളിച്ചു.
ഞാൻ പുളിച്ചു.
പുളി എന്റെ ബോധമായി ഉറച്ചു.

ബോധം ബാധയായവളെ
തൊടുക എളുപ്പമല്ല.
പുളിക്കും.

പക്ഷി

"Annie: Don't they ever stop migrating?"
Birds-Alfred Hitchcock

പിടച്ചിലിൽ പക്ഷിയാവുകയെന്നാൽ
പറക്കലിൽ പക്ഷിയാവുകയെന്നില്ല.

പിടച്ചിലിന്റെ ശബ്ദകോശം
ചിറകടിക്കലിൽ
അടഞ്ഞും തുറന്നും
തൂവലുകൾ പറിഞ്ഞും
നമ്മിൽ അലോസരം കൊള്ളുന്നെങ്കിൽ
പക്ഷി,
പറക്കലിനേക്കാൾ കുറഞ്ഞ പറവയാവുന്നു
പിടച്ചിലിൽ.

കനമില്ലായ്മകൊണ്ട്
പൊതിഞ്ഞെടുക്കാവുന്ന ഒന്നും നമ്മളിലില്ലാതിരിക്കുക,
വളർത്തലിനെ ചൊല്ലിയുള്ള എല്ലാ സന്ദേഹങ്ങളും
കൂടുമാറി മുട്ടയിടുന്നതിൽ തീരുമെന്നിനിയും
തോന്നാതിരിക്കുക,
അതിർത്തി പെരുമാറ്റത്തിലില്ലാത്തവിധം
ദേശാടനത്തിന് കഴിയാതിരിക്കുക,
തീറ്റ കൊക്കിലൊതുങ്ങാതിരിക്കുക,
പൊത്തുകൾ ഒരു കുരുവിയുടെ തലയോളം
ചെറുതല്ലാതിരിക്കുകയെന്നതെല്ലാം
പിടച്ചിലിന്റെ ന്യായങ്ങൾ.
ശേഖരിച്ച വസ്തുക്കളിൽ
കൂട്ട കണ്ടെത്താൻ കഴിയാത്തത്
അളവിൽ അടുക്കാനറിയാത്തതിനാലാണ്.
അടുക്കാനറിയാത്തവയിൽ
തോന്നുന്ന
ചിതറിയ നൃത്തങ്ങൾ
പൊതുവേ കൂടാവുന്നില്ല.

കൂടല്ലാത്തത്
നിശ്ചയം എന്ന മരത്തിൽ
വരികയില്ല,
ഉയരം എന്ന കെട്ടിടത്തിലുമതില്ല.
പക്ഷികളൊന്നും അവിടേക്കു തിരിക്കുന്നുമില്ല.

അടുക്കാനറിയാത്ത അവസ്ഥയിൽപ്പെട്ട കിളികൾ
നമ്മൾ,
അടക്കം കഴിഞ്ഞ പറക്കലുകൾ,
അനേകം അനക്കങ്ങളുടെ ഇടറിയ ചേക്കേറലുകൾ.

പിടച്ചിലിൽ പക്ഷിയാവുകയെന്നാൽ
പറക്കലിൽ പക്ഷിയാവുകയെന്നില്ല.

പിടച്ചിലിന്റെ ശബ്ദകോശം
ചിറകടിക്കലിൽ
അടഞ്ഞും തുറന്നും
തൂവലുകൾ പറിഞ്ഞും
നമ്മിൽ അലോസരം കൊള്ളുന്നെങ്കിൽ
പക്ഷി
പറക്കലിനേക്കാൾ വലിയ പറവയാവണം
പിടച്ചിലിൽ.

(സമകാലിക മലയാളം)
2018 ഏപ്രിൽ 23

ഊത

നീലയിൽ ഒരാൾശവം വിലാപം
നീണ്ട ഗോവണിയെന്നിൽ
നേർത്തു നേർത്തു മേൽപ്പോട്ടുയർന്നു
ആർക്കുവേണ്ടിയിക്കരച്ചിലെന്നറിയാത്തവണ്ണം.

കണ്ടു ഞാൻ പണ്ടൊരിക്കൽ
ഉൾവനത്തിൽ കണ്ടൽക്കാടുകൾ
പിണഞ്ഞ നീരിളക്കത്തിൽ
കാട്ടുപൂക്കൾ നിലാവിലടിമുടി
പൂത്തുനിൽക്കുന്ന കാട്ടിലനങ്ങാതെ
നിശ്ചലം ചുവപ്പും നീലയും.

ഇളക്കമില്ല,
ഈ ഋതുവിലിതു മതിയോ
തണ്ടിൽ നൃത്തം,
തോണിയിലെന്തോ തടഞ്ഞു
ഞാനുലഞ്ഞു തുഴയും
ഞാനുമൊഴുക്കിൽ.

പൂർണചന്ദ്രനിൽ തട്ടിയോ,
അതിശയപ്പെട്ടു ഞാൻ
ചെളിത്തിട്ടയിലുടക്കി
തോണി നിന്നു
പച്ചയിൽ ചുറ്റി
പേടിയും പരാക്രമവും
എൻ എല്ലിലേക്കാഞ്ഞു.

കല്ലിലോ കമ്പിലോ കാലൂന്നി
തോണിയടുപ്പിച്ചു,
പാതിപൊങ്ങിക്കിടക്കുന്നൊരാൾ
ചപ്പുചവറിൻ കുപ്പ അതേപടി,

ഭൂമി

കമഴ്ന്ന കിടപ്പ്, ചില്ല്, മരം,
മൃഗം, മീനും തറഞ്ഞ ശരീരം.

നേരമഴകിയതിൻ കറമണം
ഇലകളിലുപ്പ്,
മുഖം ആരുടേതെന്നു നോക്കാൻ വയ്യ
ദൂരെ മാറിയിരുന്നു
പാതിരാത്രിയിൽ ഈ വനം വിചിത്രം
വേരുകൾക്കിടയിൽ ഒരേ ഞണ്ടുകൾ.

ഇങ്ങുനിന്നേ കാഴ്ച കൃത്യം,
ഉടുപ്പിനടിയിൽ തൊലി നീങ്ങി
വെളിപ്പെട്ട പച്ചമാംസം
ഊതനിറത്തിൽ നിർവ്വികാരം
തിളങ്ങുന്നതിൻ ചന്ദ്രക്കല

ചെറുപ്പം കാലുറകളിൽ
ഊതയാകിലും ഇളംനിറങ്ങൾ
മാലാഖമാരായി മരിക്കയില്ല തന്നെ.

ഊതയെങ്കിൽ അപരമൂതി നിശ്ചയം
കാലം ലാവ തൊലിക്കടിയിൽ
കെട്ടിക്കിടന്നതിൻ കല്ലിപ്പോ നീ.

അതെ, ഞാനതിൻ ബാക്കിപത്രം,
ഒഴുക്കിലടിഞ്ഞതൊക്കെയും ചീഞ്ഞതും.

കണ്ടലിൻ മരതകമജ്ജജയ്ക്കുള്ളിൽ
വെള്ളം വലിഞ്ഞുകേറിയിപ്പോളിതിപ്പോൾ
കൊണ്ടുപോയേക്കുമെന്നാശ്വസിച്ച
നമ്മൾ ഗ്രഹം മാറി ശ്വസിച്ചു.

ശേഷം ശോകം ക്രിയ.

(സമകാലിക മലയാളം)
2019 ഫെബ്രുവരി 25

അശേഷം

തീരെ ചെറുപ്പത്തിൽ നമ്മൾ മഞ്ഞു കാണാനാശിച്ചു.
അന്ന് നമ്മൾ കണ്ടിട്ടില്ല.
ദൂരങ്ങളിലിരുന്ന് നാം വെറുതെ മോഹിച്ചു.
അങ്ങനെയിരിക്കെ നമ്മൾ കണ്ടു.
മഞ്ഞു കാണാനാഗ്രഹിച്ച രണ്ടു പേരായി തന്നെ നാം
കണ്ടുമുട്ടി.
മഞ്ഞു കാണാനാഗ്രഹിച്ച വേറെ പലരും ഉണ്ടായിരിക്കാം.
ദൂരങ്ങളിലിരുന്നു ഒരു പക്ഷേ നാമെല്ലാവരും ഒരുമിച്ചു
മഞ്ഞിനു വേണ്ടി മോഹിച്ചവരായിരുന്നിരിക്കാം.
കണ്ടവർ നാം ഇരുവർ ആയിപ്പോയെന്നു മാത്രം.

നീ തണുത്തു വിറപൂണ്ടു നിന്നു.
കാലുറകളും ഉടുപ്പുകളും എന്റെ സ്വഭാവമായിരിക്കണം.
എന്നോട് ചേർന്നുനിന്ന് നീ അതിജീവിച്ചു.
എന്റെ ഉടുപ്പുകളിൽ ഉറങ്ങിയെഴുന്നേറ്റു.
മരിക്കുന്നതിന്റെ രുചി തണുപ്പിലും
എല്ലിന്റെ വെളുപ്പിലുമാണെന്നു നിരീക്ഷിക്കവെ
വിറയലെന്നെ വലിച്ചിഴച്ചതിന്റെ
പാടുകൾ മണ്ണെത്തും വരെ കണ്ടു.
പിന്നെയതുപോയ വഴി മറന്നു കിടന്നു.
ഉറച്ച ഉഷ്ണമേഖലയിൽ ഒരാൾ
എവിടെ അവസാനിച്ചെന്നു
പിന്തുടരാൻ പാടില്ല
എന്നതുമുണ്ടായിരിക്കണം.
വെളുപ്പിൽ എല്ലാവരും തികഞ്ഞ അടയാളങ്ങൾ.
തോക്കുകൾ, ചോര,
കുറ്റൻ വളർത്തുനായകൾ.
ഉണക്കി സൂക്ഷിച്ച മാംസം
സഞ്ചാരികൾ കഴിച്ച മിച്ച-
മടർന്നു വീണ എല്ലുകള-
തിനുമീതെ മൃഗങ്ങൾ
വലിക്കുന്ന ചരക്കുവണ്ടികളതിൽ

ഭ്രൂമി

വാറ്റിയതിലും വീര്യമേറിയ വീഞ്ഞുകുപ്പികൾ,
പ്രസവമെത്തിയ സ്ത്രീകൾ,
കൊളുത്തിയതിന്റെ തീ
കുഞ്ഞുങ്ങൾ
ഇരുട്ടിൽ നീങ്ങുന്ന നീണ്ട നിര.
മണ്ണിലദൃശ്യർ.
മഞ്ഞിലനേകരവർ,
വ്യക്തം, പച്ചവെള്ളമാവുന്ന
ആവേശം.

ഉടുപ്പിടാതെയുള്ള പ്രതിരോധം
ഞാൻ രക്തത്തിൽ കുറിച്ചിട്ടു.
എന്റെ ഉടുപ്പുകൾ കുറഞ്ഞതിന്നനുപാതം നീ
ചൂടിലും ഉടുപ്പിലുമേറിയതെന്തോ അതായി.
ചൂടും തണുപ്പും വേർതിരിച്ചു പറയുന്ന കളി
നമ്മളിൽ വെറും ഉപ്പുവെള്ളമായി.
നീ ഉരിയാത്തതും ഞാൻ ഉരിഞ്ഞതും
അശേഷം ആരുടെ മോഹത്തിലായിരുന്നു?

പാഠഭേദം
ജൂൺ 2019

നട്ടു

നടുവിൽ ഞാൻ
മതിയാവോളം പരപരാപുലർന്നു
വന്നതിന്റെയാഴം,
മുഴുത്ത സൂര്യൻ,
കൈവിട്ട പട്ടമെന്നതല്ലാത്ത ആകൃതിയിൽ
എന്നാലതുപോൽ ഉയരെ
പൊന്തിവരുന്നതു കാണാം
എന്റെ മലർന്ന കിടപ്പിനു ചുറ്റും
വളർന്ന പുല്ലുകൾക്കിടയിലൂടെ.

വിരലുകൾക്കിടയിൽ പറിഞ്ഞ പുല്ലുകൾ
മണ്ണും വേരും കലർന്ന ജാതി.
കിടപ്പിലെങ്കിലും കാൽവിരലിലുയർന്ന തോന്നൽ
ചരിഞ്ഞു മെല്ലെ കമഴ്ന്ന നേരം
സൂര്യൻ കടുംനിറത്തിൽ
വൃത്താകാരം പൂണ്ടുവന്നു.

വിരലാഴ്ത്തിയപ്പോൾ
ശവക്കല്ലറകൾ പൊളിഞ്ഞതിനു താഴെ
നനഞ്ഞ പുല്ലുകൾ.
കൂർപ്പില്ല, ഉയർച്ചയല്ല
പരന്നു പടരുന്ന ഇനത്തിലെ പച്ച.

അകമേ തെറിച്ച നിൽക്കുന്ന
ഒരിതിന്റെ മുനയിൽ ഒട്ടുമുന്നെ
തട്ടി നിശബ്ദം ഞാനഴിഞ്ഞഴിഞ്ഞു വന്നു.
അതിനൊപ്പം സൂര്യൻ തീർന്നുപോയ്.

(സമകാലിക മലയാളം)
ഓണപ്പതിപ്പ് 2019 സെപ്റ്റംബർ

ചത്ത നിശാശലഭം

അയാൾക്കെഴുതിയ കത്തുകളിൽ
ഒരു ചത്ത നിശാശലഭം
എങ്ങനെയോ പെട്ടുപോയി.
അന്നതു പറഞ്ഞ് എന്തിനെന്നറിയാതെ
കുറെ ചിരിച്ചു ഞങ്ങൾ.
പിരിഞ്ഞപ്പോൾ
എഴുതിയ കത്തുകൾ
തിരികെ തന്നിട്ടയാൾ പോയി.
ഏറെ തിരഞ്ഞിട്ടും
ആ നിശാശലഭത്തിന്റെ
ചിറകുകൾ കണ്ടുകിട്ടിയില്ല.
ഏറെ നേരത്തെ തിരച്ചിലിൽ
അതിന്റെ ഉടൽ
മങ്ങിയ കടലാസിനുള്ളിൽ
അമർന്ന ഒരു അടയാളമായി
ഞാൻ കണ്ടെടുത്തു.
അതിനടിയിലെ വാക്ക്
ഏതെന്നൂഹിക്കാൻ
എനിക്ക് ധൈര്യം വന്നില്ല

വരവ്

വിവാഹിതരെയും വലിച്ച
വിവാഹനം ദ്രുതഗതിയിൽ പാഞ്ഞു.
വടക്കൻ നാട്ടുകളിലെവിടെയോ
നിരപ്പാർന്നൊരിടങ്ങളിൽ
വളർന്ന വധു
റബ്ബർ മരങ്ങൾക്കിടയിലോടുന്ന
വണ്ടിയിലിരുന്നു കുലുങ്ങി.

കുത്തനെ കയറവെ
പിരിവുകളിലൊന്നിലുടക്കി
വീടിനോടടുത്ത രണ്ടാം വളവിൽ
പാതി നിലച്ച ജീപ്പിന്റെ ഹൃദയം
ഞങ്ങൾക്ക് മെരുങ്ങിയില്ല
ആ ദിവസം പിന്നെ.

ഞങ്ങളിൽ കരുത്തർ
വണ്ടി മേൽ
ദ്രാവകങ്ങളിലും
ആയുധങ്ങളിലും
പണിതു പരാജയപ്പെട്ടു നിന്നു.
ഞങ്ങളിൽ കാഴ്ചക്കാർ
ശ്വാസമടക്കി നുർന്നു

ഞങ്ങൾക്കെതിരെ
ഒരു ചരമയാത്ര കടന്നു പോയി.
മരിച്ച നിർഭാഗ്യവാന്റെ
പെട്ടി കുലുങ്ങി.

വിയർത്തു വലഞ്ഞ
നവവധു വിളറി വീണു.
അവളുടെ മണിക്കൂറുകളുടെ ഭർത്താവ്
അവൾക്ക് ശ്വാസമെത്തിച്ചു.

ഭൂമി

അവളുണർന്നു
സാരി വാരി ചുറ്റി
സ്വയമൊന്നു കുടഞ്ഞു.
ചരമസംഘം അങ്ങു ദൂരെ,
അതിലും ദൂരെ സന്ധ്യാകാശം.

(തോർച്ച)
2019 ഒക്ടോബർ-ഡിസംബർ

വിവാഹിതയുടെ കരൾ

അടുത്തിടെ വിവാഹിതയായ
കൂട്ടുകാരിയെ ഞങ്ങൾ വിരുന്നിനു
ക്ഷണിക്കുകയുണ്ടായി.

പണ്ടൊരിക്കൽ
ഒരു ചിത്രപുസ്തകത്തിൽ കണ്ട
ഷഡ്പദങ്ങളിലൊന്ന്
തൊടിയിലുണ്ടെന്നു
പറഞ്ഞിവൾ
വിളിച്ചു വരുത്തി.
അന്ന് ഞങ്ങൾ
ഇല്ലിക്കാടുകൾക്കിടയിലൂടെ
ദൂരേക്ക് പോയി.
എന്റെ ഉടുപ്പു കീറി.
കല്ലിൽ തട്ടി കാൽനഖം പറിഞ്ഞു പോന്നു.
കിളികളെമ്പാടും പറന്നകന്നു.
എനിക്ക് നടക്കാൻ പറ്റാതായി.
അരികിടിഞ്ഞ
ഒരു കുളത്തിനരികെ
ഞങ്ങളിരുന്നു.
മയങ്ങി പോവുന്നുണ്ടോ?
ഇരുട്ടിയപ്പോൾ തിരിച്ചുകേറി.
അന്വേഷിച്ച ഷഡ്പദത്തെ കണ്ടില്ല.
അതെപ്പറ്റി ഞങ്ങൾ മിണ്ടിയില്ല.
സാഹസികതയ്ക്ക് ഒപ്പം കൂട്ടാവുന്ന
ഒരുത്തിയല്ല ഞാനെന്നവൾ കരുതിക്കാണും.

കരളേ എന്നു വിളിച്ച്
ഒരു ചെറുക്കനെഴുതിയ
കത്ത് ഓർക്കുന്നുണ്ടോ
എന്നവൾ ചോദിച്ചു.
ഞാനായിരുന്നല്ലോ മറുപടിക്കത്തെഴുതിയത്.
അതിൽ കരളേ എന്ന് ഞാൻ എഴുതിയോ?

ഭൂമി

എന്റെ കരൾ
മുഴക്കുടിയനായ ഒരുവന്റെ
ചിറകുകളിൽ മഞ്ഞച്ച് മിടിച്ചു.
ഞാനത് വേവോടെ ചീന്തി
അവളുടെ പാത്രത്തിലേക്കിട്ടു.

ആ ഷഡ്പദത്തെ ഞാൻ കണ്ടിരുന്നു,
മടിച്ചു മടിച്ചു ഞാൻ പറഞ്ഞു.
നീയെനിക്കത് കാട്ടിത്തന്നില്ല,
അവൾ നഷ്ടബോധത്തോടെ പ്രതികരിച്ചു.
ഇല്ല, ഞാൻ ഏകാന്തമായി മൂളി.

ഞങ്ങളുടേതല്ലാത്ത
രോമാവൃത ശരീരങ്ങളിൽപ്പെട്ട
രാത്രികാല പ്രാണികൾ
ഗതിയില്ലാതുഴറി.

കാർ പോർച്ചിലെ
ഇലക്ട്രിക് ബൾബ്
പുഴുങ്ങിയ നട്ടുച്ചയുടെ
പുറന്തോടിൽ
താനേ പിളർന്നപ്പോൾ-

കെട്ടഴിഞ്ഞ
ഏകദേശമഞ്ഞ
-ച്ചൂടും ചാരവും
അവശമായൊരു
ആത്മാർത്ഥതയോടെ
നമ്മെ വന്നു മൂടി കളഞ്ഞു.

നാം തൊട്ടുതൊട്ടിരുന്നു.

തെരുവുവിളക്കുകൾ മിന്നി തെളിഞ്ഞു.

(മാധ്യമം ആഴ്ച്ചപ്പതിപ്പ്)
2020 ഒക്ടോബർ 26

കൊള്ളി

മെയ് 24, 2019*
ഒരേ ഒരു തീപ്പെട്ടിയും
ഇരുട്ടിലായ ഒരു ജനതയും.
പെട്ടി തുറക്കും വരെ നാം
അധികാരത്തോടെ ആശിക്കും,
ഹാ, പെട്ടി നിറയെ കൊള്ളികൾ
വെളിച്ചത്തിലേക്കുള്ള മരുന്ന്.
ഒടുവിൽ തുറന്ന പെട്ടിക്കുള്ളിൽ
വൃത്തിയിൽ അടുക്കി വെച്ചത്
ശവങ്ങളെന്നോ?
സമയമേറെ
തീപ്പെട്ടിയിൽ ഉരസി നാം
കത്തിച്ചെടുത്തത്
ശവങ്ങൾ അതിവിദഗ്ദമായി
ഒരുമിച്ചടുക്കുക എങ്ങനെയെന്നോ?
നമ്മൾ പുകഞ്ഞ കൊള്ളികൾ,
തലയിൽ മരുന്നുറച്ചവർ,
നമുക്കുമേൽ കൊള്ളിവെപ്പ് പ്രഖ്യാപിക്കപ്പെട്ടിരിക്കുന്നു.

---

* 2019 ഏപ്രിൽ- മെയ് മാസങ്ങളിൽ നടന്ന ഇന്ത്യയിലെ പൊതു തിരഞ്ഞെടുപ്പ്ഫലം വന്ന ദിവസം.

ഫാത്തിമയുടെ മുറി

നീണ്ട
ഒഴിവുകാലം.
വേനലിന്റെ
ആരംഭം.

നീ നാട്ടിൽ നിന്നു വരാൻ
വൈകിയപ്പോൾ
ഭരണകൂടം നിന്നെ
നാടു കടത്തിയെന്ന്
ഞങ്ങളിൽ ചിലർ തമാശ പറഞ്ഞു
ഞാനും അവർക്കൊപ്പം ചിരിച്ചു.

ഒരു ദിവസം
മുറിയിൽ മറന്നിട്ടുപോയ
തിരിച്ചറിയൽ കാർഡ്
വേണമെന്നും പറഞ്ഞ്
നീ വിളിച്ചു.
ഞാൻ നിന്റെ മുറി
തുറന്നു.
എത്ര തിരഞ്ഞിട്ടും
നിന്റെ
തിരിച്ചറിയൽ കാർഡ്
എനിക്കു കിട്ടിയില്ല.
ഇനി എന്തു ചെയ്യും
ഞാൻ കുറച്ചു നേരം
നിന്റെ മുറിയിലിരുന്നു.
ഇവിടെ ചൂടു കുറവുണ്ട്
പച്ച നിറത്തിലെ
പുറംചട്ടയോടു കൂടി
നിന്റെ പുസ്തകം
മേശമേലിരിക്കുന്നു.
മാർബിൾ തറയിലെ

തണുപ്പിൽ
കാൽ മുട്ടിലമർന്ന്
ഞാനൊന്നു മയങ്ങി.
വാങ്കുവിളി കേട്ട്
ഞാനുണർന്നു വന്നു.
പുലർന്ന പോലെ.
ഞാൻ അതിശയിച്ചു,
തൊട്ടപ്പുറം
എന്റെ മുറിയിലിരുന്ന്
ഞാൻ ഇന്നേവരെ
വാങ്ക് വിളി കേൾക്കയുണ്ടായില്ലല്ലോ.
പ്രാർത്ഥന ഉറക്കത്തേക്കാൾ
മേന്മയുള്ളതത്രെ.
പ്രാർത്ഥന
പോരാട്ടവുമാണെന്നെനിക്കു
തോന്നി.
ആ നാദത്തിന്റെ
അലഞൊറികൾ
സന്ധ്യാകാശത്തിന്റെ
മിനാരങ്ങളിൽ
തട്ടി പ്രതിധ്വനിച്ചു.
ഞാൻ പതിയെ
പുറത്തിറങ്ങി
മുറിയുടെ വാതിലടച്ച്
ജനലിലൂടെ ഉള്ളിലേക്ക്
നോക്കി.
അകം പ്രകാശമാനമായി
ജ്വലിച്ചു നിൽക്കുന്നതായി
എനിക്കനുഭവപ്പെട്ടു.
എന്റെ മുറിയിലേക്കു
തിരിച്ചു പോവാനെനിക്കു
തോന്നിയില്ല.

കെണി

കാട്ടുപൊന്തകളിൽ
നമ്മൾ തിരഞ്ഞു നടന്നു.

തോക്കും കയറും
കത്തിയും കരുതി.

കണ്ടവരുണ്ടോ
കോഴി തന്നെയോ
പറക്കുമോ
കൊറിക്കുമോ
ഒച്ച വേറെയോ
ഒതുങ്ങില്ലേ
ഒറ്റവാക്കിൽ.

കറുത്ത ഉടൽ
നെഞ്ചാകെ വെളുത്ത ശുവലുകൾ
ചെറുതായുയർന്ന വാലറ്റം
മെലിഞ്ഞ കാലുകളിൽ
ഭയന്ന പോവൽ.

കള്ളും കപ്പയും തിന്ന്
നമ്മൾ കാത്തിരുന്നു

സായംകാലമേറി
പച്ചിലകളിൽ
നീളൻ നിഴലുകൾ
കാറ്റിലലകളായിളകി.

ഇരുട്ടിയപ്പോൾ
നമ്മിലൊരാൾ
ചതുപ്പിലാണ്ടു.

(പാഠഭേദം 2021 ജൂലൈ)

പച്ച മഞ്ഞൾ

ഇളം പ്രായത്തിൽ
കടന്നൽ കുത്തിയപ്പോൾ
ഒരു തുണ്ട് മഞ്ഞൾ ആരോ
മണ്ണോട്ടു കൂടി അരച്ച് വെച്ചു തന്നു.
തോട്ടിറമ്പിൽ
നനച്ചു കുളിക്കുമ്പോൾ
പച്ച ഇലകളിൽ
കുറെ ദൂരേക്ക് മാറി
നിൽക്കുന്നത് കണ്ടു.
മണ്ണ് മാന്തിയെടുത്ത് പള്ള
കീറിയപ്പോൾ ചുവന്നു
തുണിയും അയയും ചുവന്നു.
നനവു തട്ടി നിലമാകെ
കിളപൊന്തി വരുന്ന മാസങ്ങളിൽ
കാലുകൾ പറമ്പുകളിലേക്കും
മരങ്ങളിലേക്കും നീണ്ടു പോയി
പാഴ്ച്ചെടികൾ പിഴുതു മാറ്റി
കണ്ടങ്ങളുടെ അതിരിളക്കിയും
വേലി നൂണ്ടും കാലുകൾ
കൈക്കോട്ടുചേലിൽ മണ്ണ് കോരി
പേരറിയാ ചെടികളുടെ വേരറ്റു
വറ്റും പുഴക്കും അപ്പവും
മേൽ പിടിച്ചുചുറ്റിയതിന്റെ
കനമേറി മണ്ണിൽ കുഴിഞ്ഞു
അരയോളം പുതഞ്ഞു കയറിപ്പോന്നു
കിഴങ്ങുകളിൽ തട്ടി വീണു
എവിടെയും കാലുറയ്ക്കുന്നില്ല
മണ്ണിനടിയിൽ പൊന്ന് പടർന്നു
തലയിൽ പച്ച ചൂടുന്ന കാലം.
മുടിയിൽ മല്ലിപ്പൂ ചൂടിയ
മഞ്ഞ മുഖമുള്ള യുവതികൾ
കിഴക്ക് നിന്നു വരുന്ന ട്രെയിനിൽ
എന്നെ നോക്കി ചിരിക്കുന്നു.

നിരന്തരം

എനിക്ക് പതിനഞ്ചു വയസ്സുള്ളപ്പോൾ
എന്നു തുടങ്ങുന്ന കവിതകളെഴുതാൻ
ഞാൻ ആഗ്രഹിക്കാഞ്ഞിട്ടല്ല
പക്ഷെ, അക്കാലം ശൂന്യതയുടേതാണ്
കുറെക്കാലം ഞാൻ കരുതി
ഞാൻ ഉപേക്ഷിക്കപ്പെട്ട കുട്ടിയാണെന്ന്
എന്നാൽ ഞാൻ അമിതമായി പ്രശംസിക്കപ്പെട്ട
കുട്ടി മാത്രമായിരുന്നു
ജീവിച്ച പഞ്ചായത്തിന്റെയും
പോയ സ്കൂളുകളുടെയും
ദുരഭിമാനവും സദാചാരവും
ഞാൻ തലയിൽ പേറി
വിട്ടു പോവാനുള്ള ആഗ്രഹം
രക്ഷിക്കുമെന്നെനിക്കറിയാമായിരുന്നു
അറിയുക മറ്റൊരു പ്രശ്നമായിരുന്നു
എല്ലാം എളുപ്പം മനസ്സിലാക്കാനുള്ള കഴിവ്
എന്നെ പലതിലും രക്ഷിച്ചെങ്കിലും
എന്നിൽ നിന്ന് ഒന്നിനെയുമത് രക്ഷിച്ചില്ല
ഞാൻ നിരന്തരം എല്ലാറ്റിലേക്കും ചെന്നു
വാൾത്തലയിലേക്ക് സ്വന്തം ശരീരം
കുറുകെ പ്രദർശിപ്പിക്കുന്ന ആത്മാർത്ഥത
എനിക്ക് വിനയായി
ഞാൻ നിരന്തരം മുറിഞ്ഞു
മുറിഞ്ഞു തൂങ്ങിയ പല തലകൾ
ഞാൻ കണ്ണാടിയിൽ കണ്ടു
കുറുനരികളും ശ്മശാനങ്ങളും
കണ്ണാടിയിൽ നിന്നും പുറത്തു വന്നു.

ഇരുപതുകളുടെ തുടക്കത്തിൽ
ബുന്നവലിന്റെ കൊഞ്ചിത
ഒരു ബക്കറ്റ് വെള്ളവുമായി എന്റെ

ഭ്രമി

ഉറക്കത്തിൽ വന്നു
ഞാനവളെ പുരുഷന്മാരുടെ
ഉറക്കത്തിലേക്ക് പറഞ്ഞയച്ചു
അവൾ നനഞ്ഞു തിരിച്ചു വന്നു
ഞാൻ അവളെ തോർത്തിയെടുത്ത്
കിടക്കാനൊരിടവും ഭക്ഷണവും കൊടുത്തു.

ഞാൻ നിരന്തരം എന്നെ നിരസിച്ചു
നിരസിച്ചപ്പോൾ നിരാകരണം
എന്ന വാക്കും എന്നെ അനുഗമിച്ചു
നിരന്തരം നിരാസം നിരാകരണം
ഞാൻ ഞങ്ങളൊരു കൂട്ടായി
ചാരമാവുക, ഞങ്ങൾ
കൂടിയിരുന്നു കത്തിച്ചു
പുരുഷന്മാരെ ഞാൻ പെട്ടെന്നു
തിരിച്ചറിഞ്ഞു
ആര് അടുത്ത ഒരു വർഷത്തിനുള്ളിൽ
എന്റെ മുലകൾ സ്പർശിക്കുമെന്നു
ഞാൻ നേരത്തെ മനസ്സിലാക്കി
ആരെന്നെ പ്രേമിക്കും
ഞാൻ ആരോട് പ്രേമാഭ്യർത്ഥന നടത്തും
എന്നെല്ലാം ഞാൻ മുൻകൂട്ടി കണ്ടു
ഞാൻ എന്റെ മഹത്തായ
കൈനോട്ടക്കാരിയായി
എന്റെ കൂലി ഞാൻ എനിക്കനുവദിച്ചില്ല
എന്റെ ഉപഭോക്താക്കൾ എന്നെ ചിരിച്ചു കാണിച്ചു
എന്റെ കൈരേഖകൾ മാഞ്ഞു
ശൂന്യമായ കൈവെള്ള
തലയില്ലാത്ത ഉടലെന്ന പോലെ
എന്നെ ഭയപ്പെടുത്തി
വീണ്ടും പ്രേമം ഇഴഞ്ഞു വന്ന്
മോതിര വിരലിൽ കൊത്തി
കണ്ടെത്തപ്പെട്ടുവെന്ന്
സന്തോഷിച്ചതും വിഷം
എന്നെന്നേക്കുമായി എന്നെ
തളർത്തിക്കളഞ്ഞു.

ഞങ്ങൾ കണ്ടുമുട്ടാതെ തുടർന്നു

പത്തുതലയുള്ള പ്രേമം
എന്നെ തിരഞ്ഞു വന്നു
പ്രേമിക്കുന്നതിനിടയിൽ
എന്റെ പേരുച്ചരിച്ചപ്പോൾ
ഒരു തല അടർന്നു വീണു
ഭയന്നുപോയ പ്രേമം
എന്നെ തനിയെ വിട്ടു
പോയ്ക്കളഞ്ഞു
ആ തല ഞാൻ കുറെക്കാലം
എന്റെ മുറിയിൽ സൂക്ഷിച്ചു
ചില രാത്രികളിൽ ഞാനതാ-
ഭരണം എൻ കഴുത്തിനുമേൽ
അലങ്കാരം ധരിച്ചുറങ്ങി
അത് തിരിച്ചേൽപ്പിക്കാൻ
ഞാൻ കുറെ ദൂരം സഞ്ചരിച്ചു
ഞാൻ ഭൂമിയിലൂടെ പോയപ്പോൾ
ഒമ്പതു തലയുള്ള ഒരാൾ
ആകാശത്തിലൂടെ എനിക്കുമേൽ
നിഴൽ വീഴ്ത്തി കടന്നു പോയി
ഞാൻ ആകാശത്തിലെത്തിയപ്പോൾ
അതേ ഉടലിന്റെ ശൂന്യമായ കഴുത്തു വഴി
ചോരയൊലിച്ചു ഭൂമി ചുവന്നു കിടന്നു
ഞങ്ങൾ കണ്ടുമുട്ടാതെ തുടർന്നു.

മനോരാജ്യം

കടൽ താണ്ടിയെത്തിയ പെണ്ണാളിൻ
കൂട്ട നിറയെ പലനിറപ്പൂക്കൾ
മിണ്ടുമ്പോൾ മൊട്ടുകളിൽ പടരും ചിരി
കടുംപേച്ചിൽ ഓരം ചായും പുലിപ്പല്ല്

അവൾ കെട്ടി ഈരണ്ടു പൂമാല
കുരുക്കിട്ട് മുറുക്കുമ്പോൾ
മിടിപ്പിളുതിരും വേങ്ങമരപ്പൂക്കൾ
നീളൻ കഴുത്തിന്നറ്റം പാറും ഇതളുകൾ
കാറ്റിൽ മെല്ലെനെയടർന്ന ആനന്ദം
അവൾ കെട്ടി ഈ രണ്ടു പൂമാല
ഈ മാലയണിഞ്ഞിട്ടു ഞാനുറങ്ങി
പത്തു വയസ്സാവാറായി.

ഉടൻ തന്നെ നാട് വിട്ടു
ദൂരെയൊരൂരിൽ തങ്ങി
രാവാകെ പൊഴിഞ്ഞ പൂക്കൾ
കൊടും ചൂടിൽ കരിയും മാമ്പൂക്കൾ
ദേശം കുയിലുകൾ കൂവാത്ത
മണമേ തീണ്ടാത്ത പൂങ്കാവനം

കോവിലുകളിലും
കോലങ്ങളിലും
ഒളിഞ്ഞെൻ പാർപ്പ്
നിന്നെ തിരഞ്ഞതിൻ
വെടിപ്പാട് കണങ്കാലിൽ
നടക്കുമ്പോൾ മാത്രം
പാട്ടിൽ വെളിപ്പെട്ടു

പകയെൻ പകലുകൾ
നിൻ സൈന്യം കടന്നുപോയ
മലമ്പാതകളിലതിഗൂഢമിഴഞ്ഞു

ഭൂമി

മരുക്കാട്ടിൽ തലതല്ലി
വന്നിമരച്ചോലയുമില്ല

എന്റെ മുറ്റത്ത് പൂ പറിക്കാനെത്തുന്ന
പെൺകുട്ടികൾ മരത്തോളം വളർന്നില്ലേ
മരച്ചില്ലയെത്തിച്ചെന്നുലയ്ക്കാൻ
വളഞ്ഞും പിടിവിട്ടു നിവർന്നും
കണ്ണിൽ കൊണ്ട് കൈ പോറി
അടിമുടി നീറിൻ കൂട് കുതറി
കൊന്നു തേച്ച പശയിലൊട്ടി
തലേന്നേ ഞെട്ടടർന്ന ചെറുപൂക്കളിൽ
ഇലയ്ക്കൊപ്പം ഇളകിതെറിക്കാൻ
ഇനി ഞാൻ വേണ്ടല്ലോ
സ്വയം ചിതറാനും ചുറ്റുമുള്ളതിനെ
ചിതറിക്കാനും ഇനി നിങ്ങളായല്ലോ

നിൻ നെഞ്ചളവിനൊത്ത
പൂമാല വേണം.

ഈ നഗരത്തിൽ നീയെത്തുമ്പോൾ
ഞാൻ ഒരുങ്ങി വരുന്നുണ്ട്
ഞാനീ പൂമാലയണിയിക്കുമ്പോൾ
നീ ചിതറുന്നത് എനിക്ക് കാണണം

(സമകാലിക മലയാളം)
ഓണപ്പതിപ്പ് 2021 സെപ്റ്റംബർ

വന്നി

പ്രേമിക്കുന്നവരുടെ പോര്
കാറ്റിലനങ്ങുന്ന ചെറു ഇലകളിൽ
നേർത്തിരമ്പുന്ന ഉച്ചവെയിൽ,
എന്നകക്കാമ്പിന്നു പാലൈ പരുവം
അതിൻ മരം നീ
കീഴിൽ തിണ തെറ്റി
രക്തവർണ്ണത്തിലാളുന്ന
മേന്തോന്നിക്കാട്.

നിന്റെ വേനൽക്കാല വസതി

നിന്റെ വേനൽക്കാല വസതി,
സോഫകൾക്കുമേൽ പതിയെയുയരുന്ന
പൊടിപടലങ്ങളുടെ യജമാനനെ
തെളിച്ചു കാണിക്കുന്ന
ഇളം വെയിലിന്റെ ഉടമ

ഞാൻ തന്നത് തേൻ
നിന്റെ ശീർഷകം,
ജലത്തിന്റെ ടൈം പീസ്
കട്ടിയേറിയ കപ്പൽ നഗരം
എന്റെ പൂച്ചകളിൽ ഞാൻ
തീരമടുക്കാൻ പറഞ്ഞയച്ച
നിയമജ്ഞരുടെ നിലയെന്ത്?
വിലയെന്ത്?
അവരുടെ കട്ടി കണ്ണട
ഇന്ന് നീ എന്തിനണിയുന്നു
അവരുടെ കണക്കുപുസ്തകം
തുറക്കുമ്പോൾ നീയടയ്ക്കാൻ മറന്ന
ബില്ലുകൾ എന്റെ നിരാശ

നിന്റെ വേനൽക്കാല വസതി,
ഫോൺ വിളികൾ ചെന്നെത്താത്ത ഭൂപ്രദേശം
നമ്മുടെ അതിശയങ്ങളുടെ കടൽ
കാറ്റിൽ തിണ്ടിടിഞ്ഞു തീരുന്ന വെറും തുരുത്ത്
അത് തകരുന്നതിന്റെ അയൽപക്കം
കൊല ചെയ്ത ശരീരങ്ങൾ ഒരിക്കൽക്കൂടി
കൊന്നു തള്ളാൻ കരമാർഗം കൊണ്ടുപോവുന്ന
നിന്റെ നിരന്തര പ്രയത്നം
ഞാൻ മറന്നു വെച്ച അനാവശ്യ വസ്തു,
നീ എന്തിനതുപയോഗിക്കുന്നു

ഭൂമി

നീ എന്തിനതിൽ പണിയുന്നു
കാലഹരണപ്പെട്ട എന്ന വാക്കിൽച്ചുറ്റി
ഞാൻ വെറുതെയുപേക്ഷിച്ച കവിതകൾ
നിന്റെ വാക്ക്
ചരിഞ്ഞ തൊപ്പി വെച്ച കുറ്റാന്വേഷകൻ
എന്നെ നിരീക്ഷിക്കുന്ന രീതി
നിന്റെ വേനൽക്കാല വസതി,
നീല പിന്നെയും നീല
അതിന്റെ കാളൽ കഴുത്തറ്റം ഒരു നിറം,
എന്റെ കരച്ചിൽ
നിന്റെ വേനൽക്കാല വസതി,
ഞാൻ കഴിഞ്ഞ വർഷങ്ങളിലൂടെ
സഞ്ചരിച്ചെത്തുന്ന ദൂരം,
നീ പറഞ്ഞ മേൽവിലാസം,
നീ കടത്തി വിട്ട അതിർത്തി,
നീ നിയമിച്ച പട്ടാളക്കാർ,
നിന്റെ യുദ്ധങ്ങൾ,
നീ തന്നയച്ച എന്റെ പാസ്പ്പോർട്ട്,
നിന്റെ രാജ്യം
എന്റെ അനുസരണ
നിന്റെ വേനൽക്കാല വസതി
ഒരു തുറമുഖനഗരത്തിന്റെ കോണിൽ
മലമുകളിൽ വെച്ചു പിരിഞ്ഞ നമ്മൾ
ഉയരത്തിനോടുള്ള എന്റെ ആഗ്രഹവും
കടലിനോടുള്ള നിന്റെ ആഭിമുഖ്യവും
നമുക്കിടയിൽ എന്നും സർക്കാർ ഉദ്യോഗസ്ഥൻ
കഴിഞ്ഞതിലും നിറം മങ്ങിയ നീ
നീയുപേക്ഷിക്കുന്ന ഉടുപ്പുകൾ
എന്റെയും കുട്ടിക്കാലം
കലണ്ടറിൽ ഞാൻ
രേഖപ്പെടുത്തിയ നമ്മളിലെ അവധി
നിന്റെ വേനൽക്കാല വസതി,
ഞാൻ എന്നെ ചിലവഴിക്കാനെത്തിയ
നിർവികാരമായ വിയർപ്പിന്റെ ഒരു പകൽ,
കടലിന്റെ ഒച്ച കേൾക്കാവുന്ന ദൂരം-
നിന്റെ വേനൽക്കാല വസതി ഞാൻ.

സയനൈഡ്

പിടിക്കപ്പെട്ടുമെന്നുറപ്പായപ്പോൾ
പിന്നമ്മൾ മരണം തിരഞ്ഞെടുത്തിരിക്കുന്നു

ഒരു നുള്ള്
വെളുത്ത രാത്രി
മഞ്ഞുതരികളിൽ
ദേഹത്തെ
വരിച്ചു

വിഷം
പേരിലെ കരിനീല,
നമ്മുടെ ഒളിപ്പോരാളി
എന്റെ ഇരട്ട സഹോദരി
വെളുത്ത വസ്ത്രമണിഞ്ഞവൾ,
നിലത്തിഴയും ചെമ്പൻ മുടി,
എളുപ്പമാക്കുന്നു
അനേക കാതങ്ങൾ.

വേഗം
കടന്നലുകളുടെ നിയമം
നമ്മുടെ രാത്രിയെ
ആവേശഭരിതമാക്കുന്നു

അർത്ഥം വിഷം,
മഞ്ഞലോഹത്തിന്റെ ലായനി,
മോഹമെന്ന മായാമൃഗം.

ദുരൂഹമായൊരു തിര
ആവേശിക്കുമെന്ന കടൽപ്പാലം
ഇപ്പോൾ ആരും കാറ്റിനു കുറുകെ
മുന്നോട്ടു വെക്കുന്നില്ല

കടലിനു പാലം ഭാവന ചെയ്ത പുരുഷൻ,
ഭാഷയിൽ ആരാണയാൾ ?

അല്ലെങ്കിലും കടൽപ്പാലങ്ങൾ
വെറും പാലങ്ങൾ,
അവ കരകളെയോ കടലുകളെയോ
ബന്ധിതമാക്കുന്നില്ല .
പേരിൽ പാലം
പേരിനു കുറച്ചു ദ്രവിച്ച
തുരുമ്പും അഴുകിയ കാലുകളും മാത്രം

നമ്മൾ പരസ്പരം മോചിപ്പിക്കുന്നു
ഈ ദേശീയ പതാക ഞാൻ താഴ്ത്തി കെട്ടുന്നു
ആയുധങ്ങൾ വെടിയുന്നു
ഒളിപ്പോര് അവസാനിപ്പിക്കുന്നു
നമ്മൾ പൊരുതി നേടേണ്ടിയിരുന്ന
രാജ്യം ഇന്നില്ലല്ലോ

ഇതാ
ഇതെടുക്കുക
ഒരു നുള്ള് കൂടി
വെറും ശരീരങ്ങളിൽ നമ്മെ കണ്ടെത്തുന്നവർക്ക്
നമ്മുടെ ജീവനുള്ള രഹസ്യങ്ങൾ ഒന്നും പിടികിട്ടരുത്.

അശോകം

കൂട്ടുകാരിയുടെ ഫ്ലാറ്റിൽ കണ്ടു
ലിവിങ് റൂമിൽ വളർത്തുന്ന
ബോൺസായ് മരം. അശോകം.
അവളുടെ കുട്ടി അതിൻ കീഴിൽ
കളിക്കുന്നു.
“പൂക്കുകയില്ലേ”, ഞാൻ ചോദിച്ചു.
“ഒരൊറ്റ തവണ പൂത്തു കൊഴിഞ്ഞു
പിന്നീടിതുവരെയില്ല”, അവൾ പറഞ്ഞു.
ആരുടെയോ ദുഃഖം വസന്തമായെന്നു കരുതി
തളിരിലകളിൽ എന്നെ വരിച്ചു.

ദന്തഗോപുരം

നഖപ്പെട്ട മീവൽ പക്ഷികളുടെ
സഞ്ചാരപാത പല്ലുകൾ പോവുന്നിടം
ഇരുവർ പല്ലുകളിൽ കോർത്ത
ഉദയകാലനദീതടം
വെള്ളം കുടിക്കാനെത്തുന്ന കലമാനുകൾ
ഒരു മുതലയുടെ പ്രതീതിയിൽ
തെന്നിയോടുന്ന കൈ വഴി
ചാലുകൾ ചോലകൾ ഒടിഞ്ഞ കമ്പുകൾ
ചതഞ്ഞ പാതകൾ പച്ചയും കരിഞ്ഞതും
ഗ്രഹണമെറിഞ്ഞ നിഴലുകൾ ഭൂമിയിൽ
പൊഴിഞ്ഞു വീണ ചന്ദ്രക്കലകൾ
തിളങ്ങുന്ന സൂര്യ വളയങ്ങൾ
നക്ഷത്ര ചിഹ്നങ്ങൾ
ചുവപ്പു മുതൽ മഞ്ഞ വരെ
നീലം കലർന്ന നാളുകൾ
ഇതിനുമുന്നത്തെ കല്ലിച്ച പൊട്ടുകൾ
അതിൽ പിണഞ്ഞല്പനേരം
വാനനീല പല്ലിലെടുത്ത് അടുത്ത
പൌർണമിയിലേക്കുള്ള ഒരു കുമ്പിൾ
ചോര വീഴ്ത്തി എല്ലിൽ തട്ടി മടങ്ങി
രാവിലെ ഉണരുമ്പോൾ പരസ്പരം
മാറിയണിഞ്ഞ പല്ലുകളിൽ
നമ്മൾ കണ്ണാടി നോക്കുന്നു.

പല്ലിന്റെ ആരാധന ഒരു മതം,
നമ്മുടെ രാജ്യം.

നിങ്ങൾ കല്ലുകൾ സൂക്ഷിക്കുക.

മനക്കോട്ട

അലിവിലും അല്ലലിലും
വെട്ടിത്തിളങ്ങും മനക്കോട്ട വിട്ടു
തിരികെ പോന്നതിൽപ്പരം അപമാന-
മില്ലെനിക്കെങ്കിലും നിന്നിലനുകമ്പയെന്റെ
നിത്യവൃത്തിയാകയാൽ ഞാനടങ്ങി.
തീ പടർന്നനേകം തലവേദനകളുടെ
ശ്മശാനം നമ്മിൽ കരയ്ക്കടിഞ്ഞു
ചെറുവണ്ടുകൾ ചെവിയിലുണർന്നു
അനുദിനം പുഴുക്കൾ മൂട്ടുമനുരാഗം
അതിവിശാലം തുറന്നു പല ചെപ്പുകൾ,
അണലിക്കുഞ്ഞുങ്ങൾ ഇഴയും മെത്ത
അൻപു ലവലേശമില്ലാത്ത നിന്റെ രാജ്യം
ഞാൻ വെടിയുമതെ രാജ്യം
ഞാൻ വെടിഞ്ഞ രാജ്യം.

ഡിസംബർ

ഹേമന്തം വായുവിലുയരുന്ന
മഞ്ഞയുടെ കാഹളം
പറ്റനെ പാട മൂടിയ
നിരാശ വെട്ടിയെടുത്ത ചിത്രം
ചക്രവാളത്തിലേക്ക് തെറിച്ച
ചുവപ്പിലെത്താത്ത നിറം
സൂചിമുഖിപ്പക്ഷി കൊക്കിൽ
കോർത്ത വിഷാദം
കാറ്റിലിരമ്പി വരുന്ന ചിറകടി
പുറപ്പെട്ടിട്ടും ഭൂമി
തൊടാത്ത വികാരം

ഹൈബർനേഷൻ

എല്ലാവരും മറന്ന ജലാശയം
നോക്കിലുറഞ്ഞവരിൽ
അനായാസം രോമക്കുപ്പായം.

വിറ്റു പോവുന്നേയില്ല

കച്ചവടക്കാർ എല്ലാം വിറ്റഴിഞ്ഞ
കഴിഞ്ഞ സീസണിലേക്ക്
നിവർത്തി മടക്കുന്ന വിഷാദം
ഇക്കാണുന്ന രോമക്കുപ്പായങ്ങളുടെ
നീണ്ട നിര ആരു വാങ്ങിക്കും?

ഉറക്കം ഇത്രയും ദൂരം മൂടൽമഞ്ഞിൽ
പെട്രോൾ കത്തിച്ചു വന്നിട്ടും
തുണിയതിനു വേണ്ട
ആലോചിക്കുമ്പോൾ
തലയുടെ ഹെൽമറ്റു തന്നെ
അഴിക്കാനാവാത്ത കടം
ഇരുളുന്ന രക്തത്തിൽ
ഇരുചക്രവാഹനം പതിയെ
പതിയെ ചൂടാറുന്നു
വെളിച്ചം മങ്ങി മങ്ങി കെടുന്നു
ചെറിയ പ്രവർത്തിദിവസങ്ങൾ,
അതിലധികവും അവധി,
സാവധാനം അനേകരിൽ
കത്തൽ ഏറെക്കുറെ സൂര്യൻ
ധ്രുവങ്ങളിൽ നിന്നും അകന്നു
കുറെനാൾ പല ജീവികൾ
ഭൂഗർഭ അറകളിൽ
നിരോധിക്കപ്പെട്ടവരുടെ കൂട്ടം
രഹസ്യമായി പദ്ധതിയിട്ട
അഞ്ഞൂറു പതിപ്പുകൾ

ഭ്രമി

വിതരണക്കാരില്ലാതെ
അച്ചടി നിലച്ച പത്രങ്ങൾ
ജാമ്യമില്ലാ വകുപ്പിൽ
പണിത തടങ്കൽപ്പാളയങ്ങൾ
പൂക്കാലമെത്തുമ്പോൾ തൂക്കിലിടാൻ
പറഞ്ഞു വെച്ചവരുടെ ഒളിവു ജീവിതം
മുഴുവൻസമയപ്രണയപ്രവർത്തകരെ
വരുംമാസതേനിലേക്ക്
അടച്ച് സീൽ ചെയ്ത
മരിക്കാത്തവരുടെ വൈറസ്
ഉറക്കം.

(മാധ്യമം ആഴ്ച്ചപ്പതിപ്പ്)
2022 മെയ് 30

അനീമിയ

അതേപേരുള്ള രാജ്യത്തിലെ
സ്ത്രീയവൾ അനീമിയ
ക്ഷീണകാലങ്ങളുടെയും
വിളർച്ചയുടെയും അനുയായി

സ്ത്രീകൾ അവരുടെ ഇരുമ്പാണ്,
എന്റെ പതിനാലാമത്തെ വയസ്സിൽ
അമ്മ പറഞ്ഞു:
ഇലകളുടെ രഹസ്യ ഞരമ്പുകൾ,
മാതളത്തിന്റെ ചുവന്ന പ്രപഞ്ചം,
മൃഗങ്ങളുടെയും പക്ഷികളുടെയും
വേവിച്ചതും ഉണക്കിയതുമായ ഇറച്ചി.

അയിരിൽ പതറരുത്
കൂടരുത് കുറയരുത്
എല്ലാ ദിനങ്ങളിലും
ഞാൻ ഇരുമ്പു സൂക്ഷിച്ച
മനുഷ്യനോടടുക്കുന്ന
ഇറച്ചിതുണ്ടങ്ങൾ വിഴുങ്ങി

ഇരുമ്പു ചെല്ലുമ്പോൾ
എന്റെ ശരീരം പിടഞ്ഞു
മാംസത്തിനോടുള്ള
അടങ്ങാത്ത വാസന
എന്നെ മൃഗമാക്കി
തീറ്റ ഒരിക്കലും
മതിയായില്ല
ചന്ദ്രൻ പാതി വളർന്ന
പാതിരകളിൽ
ജാലകവിരി നീങ്ങി
എന്റെ കോമ്പല്ല് തിളങ്ങി
ചോര തെല്ലുമില്ലാതെ

കഴുകിയെടുക്കുന്ന
ഇറച്ചിയോടുള്ള
ഭ്രമത്തിൽ
ഞാനുണർന്നിരുന്നു
പ്രേതത്തിനും മൃഗത്തിനുമിടയിൽ
ഞാൻ അയവെട്ടി
എന്നെ കണ്ട സ്ത്രീകൾ
അകലം സൂക്ഷിച്ചു
പുരുഷന്മാർ എന്റെ കിടക്കയിൽ
മരിച്ചു വീണു
ഞാൻ വിളർത്തു വിവശയായി
രക്തം വാർന്നുപോയപ്പോൾ
എനിക്കു സമാധാനം തോന്നി
രക്തം അതിന്റെ പതിഞ്ഞ കാലടികളിൽ
എന്റെ മുറി വിട്ടുപോവുന്നത്
ഞാൻ ബോധരഹിതയായി തിരിച്ചറിഞ്ഞു
എത്ര മെല്ലെയാണ്
വേഗം വേഗം
ഞാൻ രക്തത്തിൽ കുതിർന്നു കയറി
രക്തമില്ലാത്ത ശരീരമെന്റെ
പ്രേതമായി നിലം വിട്ടുയർന്നു
എല്ലിലും മാംസത്തിലും മാത്രമടങ്ങുന്ന
ചോരയില്ലാത്ത ഒരു സ്ത്രീ ജനിക്കുന്നു
എന്റെ രക്തത്തിന്
എന്നെ ഊറ്റിക്കുടിക്കാൻ
ഇനി ഇരുമ്പില്ല എന്റെ കയ്യിൽ.
ഞാൻ എന്റെ വിളറിയ സ്ത്രീയാവുന്നു.
അനീമിയ എന്റെ പേരാവുന്നു,
രാജ്യവും അതു തന്നെ.

തരുണാസ്ഥി

ചെവിയിലൂടെ കയറിപ്പോവുന്ന
ഒരുറുമ്പിൻ നിര കൊടുംമഞ്ഞിൽ
നരച്ച ശ്വാസത്തിൻ ചൂളം വിളി
സൂര്യ പ്രകാശത്തിലേക്കാഞ്ഞു
തെല്ല വളഞ്ഞ പാതയിൽ നട്ടെല്ല്

തൊണ്ടക്കുഴിയിൽ വാറ്റിയ
വിയർപ്പിനരികുപറ്റി
നിലാവിൽ കൂട്ടിയ അടുപ്പ്
മലമുകളിൽ നിന്നും കൊള്ളി
ഒരു പൂവൻ കോഴിയുടെ കുരൽ തീ
വെണ്ണീറു മുടിയുള്ള പെണ്ണുങ്ങൾ
അടുപ്പിനു ചുറ്റും ആടി പാടി
അടി വെച്ചടിവെച്ചു കത്തിക്കുന്നു
വെപ്പിനും വേവിനുമിടയ്ക്ക്
സമയം കൊല്ലാനാവാം,
പുകഞ്ഞു നീറും കണ്ണാൽ
മങ്ങുന്ന ചന്ദ്രനെ ഒരുവൾ
തെളിവെള്ളത്തിൽ കുത്തി മലർത്തി
ചന്ദ്രൻ മുള്ളില്ലാത്ത ഒരു മീൻ,
തുണ്ടം തുണ്ടം അടുത്ത കറി.

മൂക്കിൽ വെന്ത മാംസത്തിന്റെ മണം
പാലം തകർന്നു വീണ യാത്രികർ
അവർ നീന്തി കയറും വാ വെള്ളം
അടപ്പ് തുറന്ന പാത്രത്തിൽ നിന്നും
മുഖത്തേക്കടിച്ചു കയറുന്ന ആവി
അരപ്പിലേക്ക് തയ്യാറാവുന്നീയുലകം
തിളപ്പിലേക്കിറങ്ങുന്ന തവി.
ഇറച്ചിക്കറി പകർത്തി വിളമ്പിയ പിഞ്ഞാണ-
വിളുമ്പിലൂടെ ഒരാൾപ്രേതം ചുറ്റിയടിക്കുന്നു
കയ്യിടുന്നു ഞങ്ങളുടെ കൈകൾ പൊള്ളി

ഭൂമി

തൊലിയുരുകി
ഞങ്ങൾ പരസ്പരം വിരലുകൾ കൈകളിലെടുത്ത്
ഊതുന്ന ഈമ്പുന്ന നേർത്ത എരിവ് ഇളകിയ തൊലി
ഞങ്ങളുടെ വട്ടമേശ പതിയെ വായുവിൽ കറങ്ങുന്ന
ഞങ്ങളുടെ പ്രാർത്ഥനയുടെ കൊതി മൂത്ത്
ഒരിത്തിരി കൂടി വെന്ത ഇറച്ചിയിൽ
ഉറപ്പ് വേർപെടുമ്പോൾ രുചി എല്ലിന്റെ ഉപ്പ്
ഒരൊറ്റ സവിശേഷ അസ്ഥി ഞങ്ങൾ
ഇടയിലിടയിൽ കൈകോർത്ത്
നക്കി വെളുപ്പിക്കുന്ന രാത്രി
ഒടിവിലും വളവിലും കാവൽ
വെളുത്ത വസ്ത്രമണിഞ്ഞ സ്ത്രീകൾ
പല്ലുകൾക്കിടയിൽ എല്ലാം ആരാധന
ചെടിതടത്തിലുദിക്കും മിന്നൽ വെളിച്ചം
ഇരുട്ടിൽ പിഞ്ചുകുഞ്ഞുങ്ങളുടെ ചോരിവാ.

ആർത്തി നാവിൽ ആടുമാടുകളെ തെളിച്ച പായും
ചെളിവെള്ളത്തിൽ ഒരു പോത്തിൽ നമ്മൾ ഇരുമ്പ്
വെള്ളം വലിഞ്ഞ പാറക്കെട്ടിൽ ഉണങ്ങാനിട്ട വേട്ട

നമ്മുടെ കൂട്ടം കൂട്ടമായെത്തുന്ന യൗവനം
അന്തിനേരം കുന്നിൻപുറം ചെമ്മരിയാടുകൾ
അടുത്ത വർഷവും പുതയ്ക്കാനുള്ള പുതപ്പുകൾ
അമ്മമാർ വിവാഹിതരാവുന്ന പെണ്മക്കൾക്ക്
കരുതുന്ന കട്ടിയുള്ള തുണികൾ ഞങ്ങൾ കട്ടെടുക്കുന്നു
ഉറച്ച വേട്ട അതിൽ പൊതിയുന്ന
ചോര അതിൽ നിങ്ങൾ കാണുകയില്ല

(ട്രൂ കോപ്പി തിങ്ക്)
2022 മെയ് 24

പരിവാർ

പിഴുതെടുത്ത മുടി
ഊരിയെടുത്ത എല്ല്
കല്ലിച്ച നെഞ്ച്
കലങ്ങിയ കണ്ണ്
പൊട്ടിയ ചുണ്ട്
കൊല്ലുകയില്ല,
ആയുധങ്ങൾ
എന്തുമാകാം,
കത്തി, കയർ, വാൾ, തീ, ലാത്തി
മണ്ണെണ്ണ, വിഷം, കേബിൾ വയർ
ടോർച്ച്, പുസ്തകം, ബെൽറ്റ്, ചൂല്
ഫോട്ടോ ഫ്രെയിം, ടെന്നീസ് ബാറ്റ്
ഫോൺ, കുപ്പി, പൂപ്പാത്രം, വിറക്,
സൈക്കിൾ ചെയ്ൻ, റേഡിയോ
എന്തും കയ്യിൽ കിട്ടുന്നതിൽ നിന്നും
അപ്പപ്പോൾ മെനഞ്ഞെടുക്കുന്ന
കരകൌശല വിദ്യ
ചിതറി കിടക്കുന്ന
വറ്റുകൾക്കിടയിൽ
അനാഥരായ കുട്ടികൾ,
ഈ കല ചെയ്തു ചെയ്തു
പഴകുമ്പോൾ കലാകാരന്മാർ
പറയും എന്തു രസമായിരുന്നു,
ഇതു തന്നെ നിനക്കും വരട്ടെ
ഇതു തന്നെ നീയും തിരഞ്ഞെടുക്കുക.
ഞങ്ങളെ നോക്കു,
ഞങ്ങളുടെ തലമുറയെ അഭിനന്ദിക്കു,
ഞങ്ങൾ രക്തം കൊടുത്തു പണിത പരിവാർ കാണു.
എന്തെന്തു ഭംഗി!!

(ഡബ്ല്യൂടിപി ലൈവ് ഇൻ.)
2023 ഫെബ്രുവരി 2

ബന്ധു

കാട്ടിനുള്ളിൽ ഒരു പുതിയ ശവം
മരിച്ചയാളെ തിരിച്ചറിയണം
പോലീസ് അന്വേഷിച്ചു വന്നു
പിരിയൻ വഴികൾ കടന്നു പോയി
പോലീസ് തൊപ്പിയൂരി കയ്യിൽ വെച്ചു
കാട്ടുമുല്ലകൾ കാറ്റിലാകെ മണത്തു
ചവിട്ടുമ്പോൾ വിങ്ങുന്ന കറുത്ത മണ്ണിലമർന്ന
തിളങ്ങുന്ന കണ്ണുകൾ പഴുത്ത ഞാവൽപ്പഴങ്ങൾ
ചുവന്ന കനികൾ പടർന്ന വള്ളിപ്പടർപ്പുകൾ
ഞങ്ങൾക്ക് ചുറ്റിലും കിളികളുടെ നോട്ടം
ഒരു കലമാൻ കൊമ്പിന്റെ മിന്നായം
ഒരു പുലിയുടെ പുള്ളികൾ
പൊന്തയിൽ നിഴലുകൾ നാണയവട്ടം

മരിച്ചയാളെ തിരിച്ചറിയണം
തൊപ്പി തലയിൽ വെച്ചു പോലീസ്
എന്നെ ശവത്തിനരികിലേക്ക് നയിച്ചു
വരണ്ട നിലം എന്റെ കാലിൽ കുരുങ്ങി
തുണി മാറ്റിയപ്പോൾ ഏതോ വന്യമൃഗം
പാതി തിന്ന ഈച്ചയാർക്കുന്ന ഉടൽ
തലച്ചോറും ഹൃദയവും അത് തിന്നു
പകുതി തിന്ന നെഞ്ചിൽ സ്വർണനാണയങ്ങളും
നോട്ടുകെട്ടുകളും വാരിയെല്ലിലും
നട്ടെല്ലിലുമായി ചിതറി കിടക്കുന്നു
അതിനു കീഴോട്ട് ഒന്നും ബാക്കിയില്ല
മുഖം മാത്രം ഒരു പോറലുമില്ലാതെ
എന്നെന്നേക്കും സുന്ദരമായിരിക്കാൻ
തീരുമാനിച്ച നിലയിൽ നിലച്ചതായി തോന്നി
അത്രയും ഉദാത്തമായ സൌന്ദര്യം
മൃഗത്തിന്റെ വിശപ്പു കെടുത്തിയിരിക്കാം
മറ്റെല്ലാം രുചിച്ചു നോക്കിയ ആ ജന്തു
മുഖം കണ്ടതായി പോലും തോന്നുന്നില്ല,

വിശപ്പിനു പോലും ഉപകരിക്കാത്ത അവയവം.
ഞാൻ എല്ലാം എളുപ്പം തിരിച്ചറിഞ്ഞു
കട്ടപിടിച്ച ചോര മണത്തു എന്റെ മൂക്കു ചുളിഞ്ഞു
ഒരു സിംഹം പോലീസുകാരന്റെ കാക്കിയിലൂടെ
വെയിലിന്റെ സടകളിളക്കി കൊണ്ട് ഓടിപ്പോയി
രണ്ടിനും ഒരു നിറമായതിനാൽ ആരുമത് ശ്രദ്ധിച്ചില്ല

ചോരയുടെ പ്രേതം

കഴിമാടങ്ങൾ തകർത്ത്
നിലമാകെ പരന്നൊഴുകി
ഉറങ്ങി കിടക്കുന്നവരുടെ
കട്ടിലോളം ചെല്ലുന്ന ചോര.

ചോരയുടെ വരവ്,
ആർക്കും ഒന്നും ചെയ്യാൻ കഴിഞ്ഞില്ല

ചോരയുടെ നാവ്,
നക്കി വെടിപ്പാക്കുന്ന അനുസരണ.

ചോരയുടെ പൂട്ട്,
തൊടുമ്പോൾ കട്ട പിടിക്കുന്ന
കൈവിടുമ്പോൾ മുക്കി കൊല്ലുന്ന ഇരുമ്പ്

അച്ഛൻമ്മാരും അമ്മാവന്മാരും
സഹോദരങ്ങളും ചോരയുടെ
ട്രയിനിൽ സമയം തെറ്റാതെയോടി
ചോരയിൽപ്പെടാത്തവരെ
അവർ പുറത്തേക്കെറിഞ്ഞു
ട്രെയിൻ മുന്നോട്ടു പോയി

ചോര ഉയർത്തെഴുന്നേറ്റു
പിന്നെയും പിന്നെയും
ഇരയെ തേടി വന്നു
കട്ടിലിനടിയിൽ ഒളിച്ചവരെയും
കൈതക്കാട്ടിൽ മറഞ്ഞവരെയും
വിദൂരങ്ങളിലേക്ക് പോയവരെയും
ചോരയുടെ വാൽ വന്നു കൊത്തി
നീലിച്ച ശരീരങ്ങൾ ദയനീയമായി
ചോരയിലേക്ക് മടങ്ങി
അതിന്റെ ആർത്തി അപാരം

ഭൂമി

ഒന്നിനുമൊരാൾക്കുമതടങ്ങിയില്ല
പ്രേമികൾ, പിഞ്ചു കുഞ്ഞുങ്ങൾ,
ഗർഭിണികൾ ചോരയിലൊലിച്ചു പോയി
അതിനു വേണ്ടാത്തവരെയെല്ലാം
അത് നിരുപാധികം വക വരുത്തി
ചോര നയിക്കുന്ന വംശഹത്യ
ചോരയുടെ കൂടിയ കപടത
തട്ടുതട്ടായി പണിത കുടിലത
ചോര, ചോര, ചോരയുടെ രാജ്യം
ഇഴഞ്ഞിഴഞ്ഞ് എല്ലാ ചുവപ്പിലും
തല പൊക്കുന്ന അതിൻ പട്ടാളം
മരണഗന്ധമുള്ള തണുത്ത കാറ്റ്
അതിർത്തികളിൽ അലയുന്നു

ചോരയുടെ പ്രേതം
ഭൂതലമാകെ പുകഞ്ഞ്
ഇരച്ചിരച്ചു പടരുന്നു
അതിന്റെ കോമ്പല്ല് മൊഴിഞ്ഞു:
നീയെനിക്ക് വളരെ പ്രിയപ്പെട്ടവൾ
എന്റെ ചെറിയ പെൺകുട്ടി
നിന്റെ വിവാഹമെത്ത ഞാനൊരുക്കും
നിന്റെ കുഞ്ഞുങ്ങൾ എന്റേത്.
നീ എന്റെ ഓമന.
നല്ല കുട്ടി.
എന്റെ അരുമയായ
വളർത്തുമൃഗം.
എന്റെ എന്റെ എന്റെ.
നിന്റെ അതിർത്തി ഞാൻ.
ഞാൻ ഞാൻ ഞാൻ.

(ട്രൂ കോപ്പി തിങ്ക്)
2023 ജനുവരി 30

കെച്ചപ്പ് മഹാരാജാവ്

ഒരു വെയിറ്റർ നമുക്കിടയിലുണ്ട്
ഇദ്ദേഹത്തിന്റെ മഹാരാജാവിന്റെ തൊപ്പി
ചരിഞ്ഞിരിക്കുന്നു
ദൂരക്കാഴ്ച അത് മറയ്ക്കുന്നു
അപ്പുറത്തിരിക്കുന്നവർ
എന്തു കഴിക്കുന്നെന്നറിയാനുള്ള
ജിജ്ഞാസ എന്നിൽ വിശക്കുന്നു.

ഗ്യാസ് സിലിണ്ടറിനോളം പോന്ന
കെച്ചപ്പ് കുപ്പിയിൽ നിന്നും
എന്റെ പ്ലേറ്റിലേക്ക്
നീ നിന്നെ ഞെക്കി പിഴിയുന്നു
തക്കാളികളുടെ റാണി
എന്റെ മേശ കീഴടക്കുന്നു
എന്തു കൊണ്ട് ആരും ഇടപെടുന്നില്ല?

ഞാൻ ചുറ്റും നോക്കുന്നു
എന്റെ വിശപ്പ് കൈ കഴുകുന്ന
ഒരാളിൽ ഞാൻ തുടയ്ക്കുന്നു

മഹാരാജാവിന്റെ തൊപ്പി
നേരെയാക്കി വെയിറ്റർ
അകന്നു പോവുന്നു

ഇപ്പോൾ ദൂരക്കാഴ്ച വ്യക്തം
നിനക്ക് പോവാനുള്ള വിമാനം
താഴ്ന്നിറങ്ങുന്നത് ഞാൻ കാണുന്നു
നിന്റെ ചുവപ്പ് റാണി
എന്റെ ഉടുപ്പിലേക്കും പടരുന്നു
എന്നിലേക്കും പടരുന്നു
അടുക്കളയിലേക്ക് പോയ മഹാരാജാവ്
നിന്റെ കണ്ണിൽ പറന്നുയരുന്നു

(മാധ്യമം ആഴ്ചപ്പതിപ്പ്)
2023 മാർച്ച് 27

ഇല്ല, കൂടുതൽ നീലയായതേയുള്ളൂ

എന്റെ അണപ്പല്ലിന്റെ അധികാരം
നിന്നിലിഴഞ്ഞ നീല
ഉടൽ കൊടിലുകളിൽ അവകാശപ്പെട്ട
നാളുകൾ കഴിഞ്ഞു
നാമർഹിക്കുന്ന നഗ്നത
ആദ്യവെളിച്ചം ഭൂമിയിൽ
പതിച്ചതിന്റെ തലേന്നാൾ വരെ
മണ്ണിൽ ഇഴഞ്ഞു തീർന്നു

തീയോ പുകമഞ്ഞോ
ഒരിക്കൽ ഞാൻ നിന്നു കത്തുമ്പോൾ
നിന്നതിശയം പുകഞ്ഞു
ചിമ്മിനിക്കൂടിനുമേൽ
പടർന്നിറങ്ങിയ വള്ളിച്ചെടീ
തിരിഞ്ഞു കൊത്തുക
തിരിഞ്ഞു കൊത്തുക
കരിയിൽ നിന്നും
പത്തി നീർത്തി
തിരിച്ചിറങ്ങി പോവുക
മോതിര വളയങ്ങളിലെ പച്ച
ഇതാ തിരിച്ചെടുക്കുക

നിൻ തങ്കം എൻ കാരിരുമ്പുവനം,
ഞാനതിൽ തീ പടർന്ന നിരാശ
അതിദാരുണം ഈ ചൂട്
ചാരമാവാതെ പഴുത്തു നീറാനുള്ള
എന്റെ കമ്പത്തിനു മേൽ
നീ ചാറിയ വെള്ളം
ഈ കാട്ടുതീയ്ക്ക് തീരെ കുറവ്
ഇല്ല, കൂടുതൽ നീലയായതേയുള്ളൂ...

നീലച്ചിത്രത്തിലെ നായികയാവാനുള്ള ആഗ്രഹം മാത്രം ഒരിക്കലും അവസാനിക്കുന്നില്ല

നഗ്നചിത്രങ്ങൾ ആവശ്യപ്പെടാറുണ്ടായിരുന്ന വേനൽക്കാലം പരൽമീനുകളുടെ വെള്ളം വറ്റിയ ചലനം മാത്രം ഇപ്പോൾ പകർത്തുന്നു. വെയിലെടുത്ത നഗ്നചിത്രങ്ങൾ രാത്രിയാവുമ്പോൾ അഴുകുന്നു. ചന്ദ്രന്റെ വലിയ വായയ്ക്ക് കൊടുക്കാൻ പുതിയ നഗ്നചിത്രങ്ങളില്ലാതെ ലോകം ചരിഞ്ഞു കിടന്നുറങ്ങുന്നു. മറ്റൊരാളുമായി തുടങ്ങിയ പുതിയ കരാറിൽ നഗ്നച്ചിത്രങ്ങളില്ല. കുട്ടികളും കുടുംബവും കരാറുകാരുടെ ലോറികളിൽ നിന്നും മണ്ണും മണലും ഇറക്കുന്നു. ആരെങ്കിലും നഗ്നചിത്രങ്ങൾ ആവശ്യപ്പെട്ടെങ്കിലെന്ന് കാറ്റ് തോടിനോട് ചേർന്ന കൽക്കെട്ടുകളിൽ വളരുന്ന പൂക്കളുടെ നിറങ്ങളിൽ മയങ്ങി കൊണ്ടു വെള്ളത്തിൽ കാലിളക്കുന്നു. പാമ്പുകളുടെ എണ്ണപ്പെടാത്ത നഗ്നത നീലയാവും വരെ ആരെയും അലോസരപ്പെടുത്തുന്നില്ല. ഏതൊക്കെ ആംഗിളിൽ എടുത്താൽ സുന്ദരിയായിരിക്കാം എന്നത് പോലെ പ്രധാനമാണ് പശ്ചാത്തലം, വെളിച്ചം എന്നിവയും. അയാൾ വിളിച്ചെങ്കിൽ നഗ്നചിത്രങ്ങൾ അവശ്യപ്പെട്ടെങ്കിൽ ഉടുപ്പൂരാമായിരുന്നെന്നും ബ്രായുടെ ഹുക്കഴിക്കാമായിരുന്നെന്നും ശ്വാസമെടുക്കാമായിരുന്നെന്നും ചിന്തിക്കുന്നു. സ്വയം സംവിധാനം ചെയ്യുന്ന നീലച്ചിത്രത്തിലെ നായികയാവാനുള്ള ആഗ്രഹം മാത്രം ഒരിക്കലും അവസാനിക്കുന്നില്ല.

ഞാൻ തിരഞ്ഞു പോവുന്നു

നഗരം ചത്തുപൊന്തുന്ന നട്ടുച്ചകളിൽ
എന്റെ ശവവും ഞാൻ കളിപ്പാട്ടക്കാരന്റെ
കടയിൽ തൂക്കിയിടുന്നു
അതിൽ നിറയുന്ന ഈച്ചകളിൽ
വെളിച്ചം തട്ടി ആരോ പിടയുന്നു
ഞാൻ സ്വർഗത്തിലേക്ക് പോവുന്ന
ഒരു മാത്രയറിയാവുന്ന യാത്രക്കാരിയോട്
രണ്ടു രൂപ കടം വാങ്ങിയിരിക്കുന്നു
അവളുടെ പലതായി മെടഞ്ഞിട്ട
മുടിയിഴകളിലും ഈച്ചകളുണ്ട്
ഈച്ചകളിൽ നിന്നു തുടങ്ങുന്നൊരാൾ
ഒരിക്കലും അവസാനിക്കുന്നില്ല
ഈച്ചയിൽ നിന്നു തുടങ്ങുന്നൊരാൾ
പഴയ പിറന്നാളുകളിൽ വെറുതെ
ചുറ്റിത്തിരിയുന്നുണ്ടാവാം
കേക്കുകളിൽ കത്തി വീഴുന്നതിനും
മെഴുകുതിരികളുടെ ശ്വാസമടയുന്നതിനുമിടയിൽ
നമ്മുടെ ആ ഈച്ച,
ശവത്തെ ചൊല്ലിയുള്ള അവസാന ആശങ്ക
കടന്നു വരാതിരിക്കില്ല
ഇല്ലെങ്കിൽ അതിനെ അന്വേഷിക്കുക
ഞാൻ തിരഞ്ഞു പോവുന്നു

ഒരു ചില്ലുകുപ്പിയിലിറക്കി വെച്ച
പകലിന്റെ മുകൾഭാഗത്ത്
ഞങ്ങൾ ഐസ് ക്യൂബുകളായി
കടുത്ത വേനലിൽ പൊങ്ങി കിടന്നു
കുടിക്കുന്നതിനു മുന്നെ വറ്റുന്ന
പാനീയങ്ങളായിരിക്കാൻ
ആ ദിവസം നമ്മൾ ആഗ്രഹിച്ചു
ദാഹം നമ്മെ മെരുക്കി നിർത്തി
ദാഹത്തെ പ്രതിരോധിക്കാൻ
അതില്ലെന്ന് നമ്മൾ സങ്കൽപ്പിച്ചു

നമ്മൾ പഴയ പ്രേമങ്ങളുടെ
തുവലുകൾ തണലുകളിൽ നടന്നു
പെറുക്കിയെടുത്തു
ഞാൻ നിന്റെ വിരലുകൾ ശ്രദ്ധിച്ചു
കുഞ്ഞുങ്ങളുള്ള പുരുഷന്മാരുടെ
വിരലുകൾ നോക്കിയിരിക്കാൻ
എനിക്കിഷ്ടമാണ്
തന്റെ കുഞ്ഞിനു വേദനിക്കരുതെന്ന-
വയ്ക്കുണ്ടായിരിക്കുമല്ലോ
എത്ര വർഷങ്ങൾ കടന്നു പോയിരിക്കുന്നു
വേരുകൾക്കിടയിൽ പിണഞ്ഞ
നിലങ്ങൾക്കിടയിൽ മറന്ന
തുവലുകളുടെ ഫോസിലുകൾ
നമ്മുടെ കുഞ്ഞുങ്ങൾക്ക് കിട്ടുമായിരിക്കും
ഞാനെന്തു കണ്ടു, വേര് അതിന്റെ
നിലനിൽപ്പിനു വേണ്ടി വളയുന്നതിന്റെ
ബോധം മണ്ണിലുലഞ്ഞതു മാത്രം
ഞാൻ ജനിച്ചപ്പോൾ
ചുളിഞ്ഞിരുന്നതിനാലും
വൃദ്ധയായതിനാലും
ഒരു നാടോടിക്കഥയിൽ
അമ്മ എന്നെ ഒളിച്ചു വെച്ചു
അറിയാതെ പുറത്തു വന്ന നേരം
സൂര്യൻ തട്ടി അവിടവിടെ
ചുളിവുകൾ നിവർന്നു
കൈത്തണ്ടകൾ മിനുത്തു
തലമുടി കറുത്തിരുണ്ടു
ഉടുപ്പിനുള്ളിൽ നരച്ച രോമങ്ങളും
ചുളിവുകളും വളവുകളും
പഴയപടി തങ്ങിനിന്നു

ഇപ്പോൾ ഞാൻ ഒന്നും ഒളിക്കുന്നില്ല
ഇപ്പോൾ ഞാൻ ഇതാണെന്നു
പറയാൻ ഞാൻ മടിക്കുന്നില്ല
ഇപ്പോൾ ഞാൻ പ്രകടമായ

നിലയിലേക്ക് താമസം മാറി
എന്റെ ഇരുണ്ടു മെലിഞ്ഞ
ഉടൽ വാസം ഉപ്പുകുപ്പിയിൽ
ദീർഘനാൾ ഉപ്പിൽ കിടന്നതിനാൽ
ഞാൻ കൂടുതൽ വിളറിയും
ചുളുങ്ങിയുമിരിക്കുന്നു
എന്റെ ശരീരം അതിനു പ്രാപ്യമായ
തുല്യത കൈവരിച്ചിരിക്കുന്നു
ഉരുകാതെ ഞാൻ അതിലിരിക്കുന്നു
കാലാഴ്ത്തി തല പൂഴ്ത്തിപ്പോകുമ്പോൾ
ഉയർന്നെടുത്ത് ഞാൻ അടുക്കള മാറുന്നു
ഉപ്പിന്റെ പൂച്ചയും എനിക്കൊപ്പം മാറുന്നു
ഞങ്ങൾ മാറുന്ന വസ്തുങ്ങൾ നാളെയും
ഞങ്ങളിൽ താമസം ആഗ്രഹിക്കുന്നു
അടുക്കളത്തോട്ടത്തിലെ
പുഴക്കളിലടങ്ങാത്തതരം കായ്കളിൽ
ഞാനും എന്റെ പൂച്ചയും
അതിരാവിലെ ഉപ്പിൽ ഉണരുന്നു
ആർക്കു കഴിയും ഞങ്ങളെ
ഉപ്പുകുപ്പിയിൽ നിന്നിറക്കാൻ?

ഹോം ടൗൺ ബ്ലൂസ്

അടുത്ത തവണ
എന്റെ ഹോം ടൗണിൽ
എന്നെ കാണാൻ വരരുത്
ഇവിടെ ഒന്നും നടക്കില്ല
എന്റെ എല്ലാവരും
എന്റെ ഹോം ടൗണിൽ
ജീവിക്കുന്നവരാണ്

നമ്മളിവിടെ
സ്നേഹിച്ചുവെന്നറിഞ്ഞാൽ
എന്റെ അച്ഛനുമമ്മയും
പട്ടികളെയയക്കും
എന്റെ ഭർത്താവു
വിഷമിക്കും
എന്റെ കുഞ്ഞുങ്ങൾ
എന്നെ തിരഞ്ഞു വരും
എന്റെ സുഹൃത്തുക്കൾ
പ്രശ്നമുണ്ടാക്കും
ഇവരെല്ലാം എന്റെ
പ്രാന്തപ്രദേശങ്ങളാണ്
എന്റെ ദിനചര്യ

എനിക്കിവിടെ
ഒരു കാലത്തും
കാമുകന്മാരില്ലാത്തതിന്റെ
കാരണം നിനക്കു മനസ്സിലായല്ലോ
അതുകൊണ്ട് ഡാർലിങ്,
ഇനിയൊരിക്കലും
എന്റെ ഹോം ടൗണിൽ
എന്നെ കാണാൻ വരരുത്
ദൂരെ വൻ നഗരങ്ങളും
കുന്നുകളുമുണ്ടല്ലോ
എന്റെ ഹോം ടൗണിൽ
എന്നെ കാണാൻ വരരുത്

മാർച്ച്

I am no mother, I am no bride, I am king

King-Florence & The Machine

കുരുവികളുടെ
ചടങ്ങിലേർപ്പെട്ട
മുതിർന്ന സ്ത്രീ
നിന്റെ വർണ്ണം
തെളിവെയിലിന്റെ മേൽപ്പുര
ശലഭങ്ങളുടെ ആധിക്യം
നാമ്പുകളിൽ കൊരുത്ത
സുന്ദരിമാർ ഭ്രൂമിയെ
എതിരേൽക്കുന്ന പ്രവാസം
വരാനിരിക്കുന്നവരുടെ പൂക്കൾ,
നിന്റെ മടിത്തട്ട് കനക്കുന്നു.

പകലുറക്കത്തിന്റെ ആണി

അടങ്കൽ കാമനകൾ കരിയിലകൾ
പാറിയ വൈകിയ നേരം നീ വന്ന
കാറ്റ് കലമാൻ കൊമ്പിൽ കുരുങ്ങി,
എന്റെ പകലുറക്കത്തിന്റെ ആണി
നീ തന്നെയോ ഞാൻ രഹസ്യം ഊരി നോക്കി
അതെ ചിലപ്പോൾ നീയില്ലാതെ പറ്റുന്നില്ല
പക്ഷെ പിന്നെ പറ്റുന്നു നീയില്ലാതെയും
ഓഹോ, അല്ല, അതല്ല കാര്യം, ഇപ്പോൾ
ഇതാ ഇപ്പോൾ ഇപ്പോൾ മാത്രം
മുറുകാതെ ചുറ്റിത്തിരിഞ്ഞ്
മുഖംമൂടിയിലൊരാൾ ഒരു മാനിൽ
ഇടിച്ചിട്ടു നിർത്താതെ പോയി
അടുത്ത കാടും കടക്കയില്ല നിന്നിൽ
എണ്ണയെന്നമറന്ന മൃഗം ചാവലിൽ
നീ തന്നെ നിനക്കു മാത്രമറിയുന്നൊരാൾ
ഞാനെന്നു നീ തെറ്റി ധരിക്കുന്ന അമർഷം
കുറച്ചു വർഷങ്ങൾ ഓടി നോക്കി
കീഴടങ്ങാൻ തിരിച്ചു വന്നു
നിന്റെ വഴിയിൽ പകൽ മരിച്ചു
നിന്റെ നിഴൽ ആ മരണത്തിനു മേൽ
എണ്ണ പോൽ ഏറെ നാൾ
തങ്ങിയ ഛായ മാനുകളിൽ
പകൽ ഉറക്കേണ്ടവരുടെ കമ്പളം
കുടഞ്ഞിട്ടു മാന്ത്രികന്റെ മുയലുകൾ
അതുറപ്പിക്കാൻ എന്റെ ആണി
കൊമ്പുകളിൽ നീ തറഞ്ഞ രാത്രി.

(സമകാലിക മലയാളം)
2023 ജനുവരി 30

തിങ്കൾ എന്ന പെൺകുട്ടി

തിങ്കൾ എന്ന പെൺകുട്ടിയാവാതിരിക്കൽ
കുതിരകളെ പൂട്ടിയ ആഴ്ചാവസാനം
കിതപ്പിൽ കാപ്പിക്കടകളും
ബാറുകളും വെളിച്ചവും സ്ത്രീകളും
കലങ്ങി മറിയുന്ന തെരുവിലൂടെ
നിന്നിലേക്കുള്ള എന്റെ വരവ്

കീറലുകളിൽ അലങ്കരിച്ച ജീൻസും
ചെവിയിൽ വലിയ വളയങ്ങളും
കഴുത്തിറങ്ങിയ അയഞ്ഞ വസ്ത്രങ്ങളും
കനമേറിയ ആഭരണങ്ങളുമണിഞ്ഞ
സ്ത്രീകൾ കൈ വീശുന്ന
ഇരുണ്ട വഴികളിലൂടെ
അവരെ തൊട്ടുതൊട്ട്
ഒരുവളിൽ തുടങ്ങുന്ന
മുടിയിഴകളിലമരുന്ന
പൂക്കളുടെ രാത്രിമണം

തിങ്കൾ, നീല റിബണുകളും
മുട്ടു വരെയുള്ള ഉടുപ്പുമണിഞ്ഞവൾ
അവളായി കഴിഞ്ഞാൽ
കുഞ്ഞുകാലടികളിൽ നീങ്ങുന്ന ദിവസങ്ങൾ
മുതിരുവാനുള്ള തിടുക്കം
വീണ്ടും നിന്നിലവസാനിക്കുന്ന
ശനിയും ഞായറും, രണ്ടു നിറങ്ങളുടെ മിഠായിഭരണി,
കടകളിൽ മറ്റൊരാളെ നോക്കാനേൽപ്പിച്ചുപോവുന്ന
ഉടമയിൽ നിന്നും കളവു പോവുന്ന
ദിവസങ്ങളുടെ സൂക്ഷിപ്പുകാർ നമ്മൾ

തിങ്കളെന്നും പെൺകുട്ടിയായി അവസാനിക്കുന്നില്ല,
മുതിർന്ന സ്ത്രീയാവുന്നതിന്റെ വിറ
പൂക്കാലമെന്ന് നടിച്ച് സാരിയിൽ വരുന്ന

ദിവസങ്ങളുമുണ്ടായി വരുന്നു
മുടി നീട്ടി വളർത്തേണ്ടിയും വരുന്നു

വരണ്ട മുടിയിഴകളുമായി
പാർക്കുബെഞ്ചുകളിൽ
ഇരുന്നെഴുന്നേറ്റുപോവുന്ന
ഏപ്രിലിന്റെ നഗ്നത അലസം
ഇക്കൊല്ലത്തിന്റെ പിൻകഴുത്തിൽ
മുറുകുന്ന ഈണം
കാറ്റുകളുടെയും കുട്ടികളുടെയും
കുരുവികളുടെയും
ഐസ്ക്രീം വിൽപ്പനക്കാരുടെയും
ഇല പൊഴിഞ്ഞ
മുഖാവരണം ഞാൻ
നിന്നിലുയരുന്നു

കടന്നു പോവുമ്പോൾ
രാത്രി നഗരം കുടഞ്ഞു വിരിച്ച ടാറ്റു,
സമയം അനക്കമറ്റ ചിത്രത്തുന്നൽ,
ശീതീകരിച്ച വാഹനങ്ങളും കെട്ടിടങ്ങളും
നിലച്ചു പോയ ശരീരങ്ങളും
കട്ടിലിനു കീഴിൽ ഒളിപ്പിച്ച
മിന്നുന്ന കളിപ്പാട്ടങ്ങളും
കൈ വിലങ്ങും ലെതർ ബൂട്ടുകളും
പക്ഷിത്തൂവലുകളിലും മുത്തിലും
അലങ്കരിച്ച പോലീസ് തൊപ്പിയും
രണ്ടു ചുവന്ന വരകളുടെ പേടിയും
പൊതുസ്ഥലത്ത് ഉമ്മ വെച്ചേക്കാവുന്ന
കമിതാക്കളിൽ കൈകോർത്തു കിടന്നു
നമ്മളെ വായിക്കുന്ന
ഗ്രാഫിക് നോവൽ.

ആഴ്ചാവസാനം ഉപ്പും കുരുമുളകും നിറച്ച
ചെറിയ ചില്ലുകുപ്പികൾ എന്തിനെന്നറിയാതെ
തിടുക്കത്തിൽ ഭക്ഷണമേശക്കുമേൽ നമ്മളിൽ

ഭ്രൂമി

ചെറുതരികളുടെ അധികാരം
കൈമാറി കൊണ്ടേയിരിക്കുന്നു
കൈ തുടയ്ക്കാനുപയോഗിച്ച
നേർത്ത പേപ്പറുകളിലും
വൈൻ ഗ്ലാസുകളിലും പതിഞ്ഞ
ചുണ്ടടയാളങ്ങൾ ചുവടുകളിൽ
“ആണുങ്ങളെല്ലാം നിന്നെ കുറിച്ചു പാടുന്നു
പക്ഷേ നീ എവിടെ? എനിക്കുള്ളിലല്ലേ നീ
മണ്ടൻമാർക്കെന്തറിയാം ”
എന്നാവർത്തിക്കുന്ന ഒരു R&B പാട്ട്
എന്റെ കാതിലെ വളയങ്ങളിലൊന്നിലൂടെ
വേഗതയുടെ നീയായി കടന്നു പോവുന്നു.

(ട്രൂ കോപ്പിതിങ്ക്)
2023 ജൂൺ 16

നിസ്സാരമൃഗങ്ങളുടെ ഉപമ

ഒരു മകൾക്ക്
മൃഗങ്ങളെക്കുറിച്ച്
കൂടുതലറിയാം
പല്ലിയിൽ മുതലയുമുണ്ടെന്ന്
അവൾ.

ദിനോസറുകളെക്കുറിച്ച്
അവൾക്കറിയില്ല.
അരണകൾ, ഓന്തുകൾ,
ഉടുമ്പുകൾ
വീട്ടുമൃഗങ്ങളിൽപ്പെടാത്ത
ഉരഗങ്ങൾ അവൾക്കജ്ഞാതർ

മുതലയത്രേ
അവളുടെ
ആദ്യമൃഗം

ജൈവികമായ ദുഃഖം
മുതലക്കണ്ണീരായ
ഭാഷ അവളുടേതല്ല

കാലുകളെടുത്തു മാറ്റി
നോക്കിയാൽ
പല്ലികൾ പാമ്പുകൾ
പാമ്പ് അവളുടെ അടുത്ത മൃഗം

പാമ്പിൻ വിഷം
പല്ലികളിലില്ലല്ലോ,
അവൾ സംശയിച്ചു

നേരിയ അളവിലോടുന്ന
വിഷത്തിന്റെ ശാസ്ത്രം

ഭ്രൂമി

എല്ലാ ജീവികളിലും
നമ്മുടെ രഹസ്യം

നോക്കു, ഉത്തരത്തിന്
പെൺപല്ലിയും മതി

പല്ലി അമ്മയുടെ
വളർത്തുമൃഗം
ഒരു മുതലയുടെ
വികാരമതിന്റെ വാലറ്റം,
പാമ്പവളുടെ ബുദ്ധി,
വളവുകളിൽ
സന്ധിയില്ലാത്ത വാശി,
മകളുടെ കാലാവസ്ഥ.

സൂര്യൻ വന്നതേയില്ല

വടക്കോട്ടു സഞ്ചരിക്കുന്ന
ഒരു ട്രെയിനിൽ*
എന്റെ സഹോദരന്റെ
ഛായയുള്ള ഒരു പുരുഷൻ
ചോരയിൽ ചവിട്ടി നിന്നു

മരണത്തിന്റെ പരിവാരം
എല്ലായിടത്തുമെത്തുന്നു,
പണി കഴിഞ്ഞു നേരത്തെ
മടങ്ങുന്നു.

വിവസ്ത്രരാക്കപ്പെട്ട സ്ത്രീകൾ**
വയലുകൾക്ക് നടുവിലൂടെ ഓടി
സൂര്യൻ വന്നതേയില്ല

മരണത്തിന്റെ പരിവാരം
എല്ലായിടത്തുമെത്തുന്നു,
പണി കഴിഞ്ഞു നേരത്തെ
മടങ്ങുന്നു.

എന്റെ അമ്മ ശിശിരവും വസന്തവും
കഴിഞ്ഞിട്ടും തിരിച്ചു വന്നില്ല
അവൾ അടയാളം വെച്ച കിണർ വറ്റി
പുന്നമരങ്ങൾ കട പുഴകി
നിന്റെ സഹോദരനെ നീ നോക്കണം
അവൾ പോവുമ്പോൾ പറഞ്ഞു
അവനാരുമില്ല
അവൻ നല്ലവനാണ്
കുടുംബം നോക്കുന്നവനാണ്

---

* 2023 ജൂലൈമാസത്തിൽ മുംബൈ-ജയ്പൂർ ട്രെയിനിൽ നടന്ന കൂട്ടക്കൊല.

** 2023 മേയ് മാസത്തിൽ മണിപ്പൂരിൽ കുകി (Kuki) സ്ത്രീകൾ മെയ്തി (Meitei) കളാൽ റേപ്പ് ചെയ്യപ്പെട്ടു.

നമുക്കെല്ലാം അവനോടു
സ്നേഹം മാത്രം
അവനു സുഖമില്ല
അവൻ ആരെയും കൊല്ലാം
അവൻ ആരെയും തിന്നാം
അവൻ ആരെയും
റേപ്പ് ചെയ്യാം
അവന് ഒന്നുമറിയില്ല
പാവം.
ഞാൻ ഭയന്നു,
ഇങ്ങനെയൊരുവനെ ഞാൻ
എങ്ങനെ നോക്കും?
ഇപ്പോൾ വർഷങ്ങൾക്കു ശേഷം
ഞാൻ അവനെ കാണുന്നു
അവന്റെ കാലുകളിലെ ചോര
ഞാൻ മറന്നിട്ടില്ല.
ഇവനെ എങ്ങനെയാണ് അടക്കുക?
ഇവനിപ്പോൾ വളർന്നു,
ഇവന്റെ സ്വരാജ്യം
വന്നിരിക്കുന്നു.

മരണത്തിന്റെ പരിവാരം
എല്ലായിടത്തുമെത്തുന്നു,
പണി കഴിഞ്ഞു നേരത്തെ
മടങ്ങുന്നു.

(ഡബ്ല്യൂടിപി ലൈവ് ഇൻ.)
2023 ആഗസ്റ്റ്

വെറും കൗതുകം

വലംഘലട്ടം വാക്സിനുകളുടെയും
മുഖം മൂടികളുടെയും
അണു നാശിനികളുടെയും
ഇപ്പോൾ കാറ്റു പിടിച്ച നഗരം
ചിന്നുന്ന മഴയിൽ നനഞ്ഞൊട്ടിയ
സാരി ഞൊറികൾ കൂട്ടിപ്പിടിച്ച്
ചരിഞ്ഞു ചരിഞ്ഞു പോവെ
കനത്തിരമ്പി വന്ന ഒരു കാറിൻ
ടയറുകൾ ഭൂമി തൊടാതെ വഴിയിൽ
അവളെ കാത്തു നിന്ന വേഗത
അവൾ നോക്കി നിൽക്കെ
തുറക്കുന്ന ഡോറടച്ചപ്പോൾ കുരുങ്ങിയ
ശ്വാസത്തിന്റെ തോരണങ്ങൾ വലിച്ച്
പൊട്ടിച്ചതിൽ പെട്ടെന്നിരുൾ.

ജനസഞ്ചയം.

ഇപ്പോൾ അതിനകത്ത്
നിർത്തിയിട്ടതേതു പാട്ട്?*

വെറും കൌതുകം.

---

* Beyonce's "Partition"

പാട്

കാതങ്ങൾ ഇരുപതു പേരറിയാത്ത മരങ്ങൾ
പിന്നിട്ടു വന്ന മകളോട് അമ്മ ചോദിച്ചു:
നിന്റെ കഴുത്തിലെ പാട് അതെന്ത് ?
അതൊരു പക്ഷിയെന്നെ കൊത്തി പാടു പെട്ട്
നീൾ കൊക്കുകളിൽ ആഴം തൊലിയും രാകി
ഞാനവരെ വിഴുങ്ങിയപ്പോൾ ഈ പാട്
കല്ലിച്ച വേനൽ പാമ്പുകളുടെ തണുത്ത ഉറ.
കാണുമ്പോൾ ഭയം തോന്നുന്നുണ്ടോ അമ്മയ്ക്ക്,
പാടില്ല, എന്റെ ധൈര്യം ഒരു പാട് വ്യാളി.

മ്യൂസിയം

മെയ് മാസത്തിൽ
വിവാഹിതരായവർ
മറിഞ്ഞതെങ്കിലും
പൊങ്ങി കിടക്കുന്ന
കടൽ ജലം, നീറുമ്പോൾ
ഉപ്പ്, ഏറ്റവും വലിയ
മത്സ്യം പിടിക്കാനില്ല
വേച്ച വേച്ച പോവുന്ന
തിര കഴുകിയെടുക്കുന്ന
കക്കകൾ ശംഖുകൾ
കുട്ടികൾക്കു കൌതുകം
തോന്നേണ്ട വസ്തുക്കൾ
വേറെയും നിറഞ്ഞ കെട്ടിടം
പേരിൽ പ്ലാനറ്റേറിയം,
ഞാനതിനെ മ്യൂസിയം
എന്നു വിളിക്കുന്നു
അച്ഛനമ്മമാർ അവിടെ
വന്നു പോവുന്നു

രാത്രി ഒരു സ്ത്രീ

രാത്രി ഒരു സ്ത്രീ
വിളഞ്ഞ നെൽവയൽ
മുറിച്ചു കടക്കുന്നു
സന്ധ്യ വരേക്കും
അവിടെ നിലനിന്നിരുന്ന
തത്തകളുടെ ചിഹ്നം
പൊത്തുകളിലടങ്ങാത്ത
ഒരിനം പച്ച കലർന്ന ഇരുട്ട്.
ഇലക്ട്രിക് പോസ്റ്റുകൾ മാത്രം
പുറം ലോകത്തിന്റെ
അകന്ന ബന്ധുക്കൾ
ടോർച്ച് വകഞ്ഞിടുന്ന
നെൽക്കതിരുകളുടെ സീൽക്കാരം
പാത ഇഴച്ചിലാൽ തുരത്തുക വഴി
അപകട രഹിതം പാതിരാനേരം
കാറ്റ് നെല്ലിലൂടെ പൊങ്ങിയും താഴ്ന്നും
അരിമണികളുടെ പ്രപഞ്ചത്തിലേക്ക് പോവുന്നു
സൈക്കിൾ എടുക്കേണ്ടതായിരുന്നു എന്നൊരാൾ
വിശപ്പിന്റെ പൂർണ്ണചന്ദ്രനെ പിന്നിടുന്നു

അവരെ ഒരുമിച്ച കണ്ടവർ

അവരെ ഒരുമിച്ച കണ്ടവർ
തങ്ങളിൽ പുരണ്ട ചോര
അടയാളങ്ങൾ നഖവും പല്ലും
വളരെക്കാലം സൂക്ഷിച്ച
ഉച്ച ചരിച്ചുവെച്ച സമയം
കയറിപോവാനാളില്ലാഗോവണി
ഇറക്കം ഇറക്കം ഇറക്കം
കുറ്റിക്കാട്ടിൽ പച്ചിലപടർപ്പിൽ
ചിറകുകളിൽ പതുങ്ങുന്ന
ചിതമ്പലുകളിൽ പൊഴിഞ്ഞ
ദിനചര്യയുടെ ആവർത്തനം
ഇരുവിഭാഗങ്ങളിൽ നിന്നും
പരിശീലിപ്പിച്ചെടുത്ത പാവങ്ങൾ
എന്നും നേർക്കുനേർ അവസാനമില്ല
കാണി അവരിൽ നിന്നിറങ്ങി
പോവാതെ അവരെയും വഹിച്ച
വേനലിലേക്കും മഞ്ഞിലേക്കും
കൊല തീരാത്ത വിളമ്പൽ.